பட்சாத்தா
–
ஒரு நாடோடிப் பாணனின் இசைக் குறிப்புகள்

& பிற கதைகள்

சார்பினோ டாலி

யாவரும்
பப்ளிஷர்ஸ்

The views and opinions expressed in this book are the author's own. The facts contained herein were reported to be true as on the date of publication by the author to the publishers of the book, and the publishers are not in any way liable for their accuracy or veracity.

- பட்சாத்தா – ஒரு நாடோடிப் பாணனின் இசைக் குறிப்புகள் • சிறுகதை
- சார்பினோ டாலி © • முதல் பதிப்பு : ஜூலை 2024
- Paṭcāttā - oru nāṭōṭip pāṇaṉiṉ icaik kuṟippukaḷ • Short Stories
- Charbino Dalli © • First Edition : July 2024
- Pages : 142 • Price : ₹ 180/-
- ISBN : 978-81-977162-5-6

Released by :

M/s. Yaavarum Publishers
24, Shop no - B, S.G.P Naidu Complex,
Dhandeeswaram Bus Stop
Opp: Bharathiar Park
Velachery Main Road
Velachery, Chennai - 600 042

90424 61472
yaavarum1@gmail.com
Url : www.yaavarum.com; www.be4books.com

Designed by : Y Creations

All rights, including professional, amateur, motion pictures, recitation, public reading, broadcasting and the rights of translation into foreign languages are strictly reserved. No part of this book may be reproduced in whole or in part or utilized in any form or by any means electronic or mechanical, including photocopying, recording or by any information storage and retrieval system now known or hereafter invented, without the prior written permission of the author/publisher.

This book contains no AI-generated texts or illustrations. All written content and artwork have been created by human authors and artists.

to

Charu Nivedita

&

Sushil Kumar Bharathi

ஆசிரியர் குறிப்பு

சார்பினோ டாலியின் சொந்த ஊர் கன்னியாகுமரி. தற்போது ஸென் மார்ட்டின் தீவில் வசிக்கிறார். இது இவரது முதல் சிறுகதைத் தொகுப்பு.

dalli.comorin@yahoo.com

உள்ளடக்கம்

1. அந்துப்பூச்சி — 07
2. அனந்தபத்மன் — 16
3. தொடர்பிற்கு வெளியில் — 26
4. கொலைப்பசி — 38
5. ஜூலி — 50
6. கப்பை — 60
7. பட்சாத்தா – ஒரு நாடோடிப் பாணனின் இசைக் குறிப்புகள் — 84

<u>அன்பும் நன்றியும்</u>

பழனி சார்

ஜி.கார்ல் மார்க்ஸ்

ஆனந்த் குமார்

வைரவன் லெ.ரா

வாஸ்தோ

காயத்ரி ஆர்

சொல்வனம் சரஸ்வதி

தீபா

ஜீவகரிகாலன்

அந்துப்பூச்சி

கோட்டாறில் இருந்து வேப்பமூடு ஜங்ஷனுக்கு இடையேயான இந்த ஒரு கிலோ மீட்டர் தூரத்தை அரை மணி நேரமாக இஞ்ச் இஞ்ச்சாக கடந்து இப்போது தான் சர்.சி.பி பூங்காவை வந்து சேர்ந்துள்ளேன். சாலை விரிவாக்கப் பணி வேறு ஒருபுறம் ஜரூராக நடந்து கொண்டிருக்கிறது. இருபது வருடங்களில் எவ்வளவு மாற்றங்கள். கோட்டாறு சந்தையை மையமாகக் கொண்டு உருவாகிய சிறிய ஊர் இன்று மாநகரமாக தன்னை விஸ்தரித்துக் கொண்டதில், பூங்காவின் முன்னால் அமர்ந்து கொண்டு பொடி முந்திரி வறுத்துக் கொண்டிருந்த பெண்கள், கவிழ்ந்த குடையில் கலர் கலர் கைக்குட்டைகளை ரொப்பிக் காத்திருக்கும் வியாபாரிகள், சட்டையில் பாச்சா உருண்டை, குஞ்சக் கொத்துகள், சிலேடு சரங்கள் என்று தொங்க விட்டபடி கலர் ரிப்பன்களை காற்றில் வீசி நிற்பவர்கள், பழுத்த கொய்யாக் கனிகளை அறுத்து உப்புமிளகுப் பொடி தூவிக் கொண்டிருக்கும் கிழவிகள் என யாவரும் மாயமாகிவிட்டனர்.

ஒருவகையில் இந்தப் பூங்கா என் தாத்தாவின் நினைவிடம். பார்க்கும்போதெல்லாம் அம்மாவின் கண்கள் நிறையும் இடம். அக்கம்பக்கத்துக்காரர்களிடம் அழுது கால்பிடித்து மூச்சுத் திணறல் கண்ட தாத்தாவை கோட்டாறு பெரிய ஆஸ்பத்திரிக்கு தூக்கிப் போட்டுக் கொண்டு வந்த டாக்சியில் நானும் இருந்தேன். இந்தப் பூங்காவின் முன் வைத்து வந்த ஒரு பெரிய இருமலில் அவரின் ஆவி அடங்கியது.

திருவிதாங்கூர் சமஸ்தானத்தில் இருந்து விடுபட நடந்த எல்லைப் போராட்டக் கலவரத்தில் தாத்தாவிற்கு ஒரு கால்

ஊனமாகிவிட்டது. அவர் என்றைக்காவது குடித்துவிட்டால் தெருவில் யாரும் தூங்க முடியாது. இரவு முழுவதும் உரக்கப் புலம்பியபடி இருப்பார்.

“பட்டந்தாணு...ஹார்..த்தூ..தாயிலி.. போலிசக்கொண்டு பன்னிரண்டு வாட்டி வெடி வைச்சான். துள்ளத் துடிக்க எத்தூன மனுசர்க்கு வாய்க்க்கரி அள்ளிப் போட்டான். கால்முட்டி தோக்கடி கொண்டு முறிஞ்சப்போலும் கரைஞிலா. செங்கொடி முறுக்கிப் பிடிச்சோண்டு நிந்நு. ஹாங்.. நமக்கு பேரொந்தும் வேண்டே. பாவங்ஙள் கேரி வந்நா மதி”

விளையாடச் செல்லுகிற இடத்தில், “சுத்தி ஆட்க ஒறங்காண்டாமா? ஒந்தாத்தன் சப்பக்காலருக்கு என்ன வேணுமாம்?” என்று பயல்கள் கிண்டல் செய்யும் போது அவமானமாய் இருக்கும்.

ஓர் இரவு புலம்பிக் கொண்டிருத்தவரிடம் “ஓய் சப்பக்காலா, மிண்டாதக் கிடயும்” என்றேன். அடுப்படியில் நின்று கொண்டிருந்த அம்மா ஆவேசத்துடன் ஓடி வந்தாள். அவள் கையில் இருந்த தென்னம்பாளை முறிய முறிய அடி கிடைத்ததில் கதறித் தெவங்கி உறங்கிப்போனேன். அந்நடுச் சாமத்தில் என் கை கால்களில் காயத்திருமேனி தைலம் தடவி அழுது கொண்டிருந்த தாத்தாவின் முகம் மங்கலாக நினைவிருக்கிறது.

ம்... எல்லாம் பழங்கதை.

இன்னும் முப்பது நிமிடங்களில் மீட்டிங் என்கிற அறிவிப்புடன் கையில் கட்டியிருந்த ஆப்பிள் சிணுங்க ஹார்னை அலறவிட்டபடி முன்னகர்ந்தேன்.

கழிந்த சில நாட்களாகவே அலுவலகம் வருவதற்கே வெறுப்பாக உள்ளது. ஏதோ துக்க வீட்டில் நுழைவது போன்றதொரு உணர்வு. வடசேரியில் ஒரு பழைய பங்களாவில் வெறும் பத்து பேரைக் கொண்டு தொடங்கிய நிறுவனம் இன்று எழுநூறு பேருடன் உலகின் முன்னணி நிறுவனம் ஒன்றின் கிளையாக வளர்ந்து நிற்கின்றது. எங்களை அவர்களுக்கு விற்ற தொகைக்கு எங்கள் பழைய முதலாளிகளின் ஏழு தலைமுறைகள் உட்கார்ந்த இடத்தில் இருந்து காலாட்டிக் கொண்டே ராஜா போல வாழலாம் என்று வெளியில்

பேசிக்கொண்டனர். பெருநகரப் பணியாளர்களுக்கு நிகரான திறமை, சல்லிசான செலவீனம், தொடர் வளர்ச்சி அந்த வகையில் வாங்கியவர்களுக்கு லாப முதலீடு.

ஒரு பன்னாட்டு நிறுவனத்தின் கிளையாகிப் போனதில் எங்கள் அனைவருக்கும் பெருமை. புதிய சலுகைகள், பணியாளர் நலத்திட்டங்கள், சிறப்புப் பயிற்சி வகுப்புகள் என தொடர்ந்து உற்சாகப்படுத்தப் பட்டுக்கொண்டிருந்தோம். எங்கள் முன்னாள் நிறுவனத்தில் வெற்றிகரமாக செயல்பட்டுக் கொண்டிருந்த பன்னாட்டு சேவைப் பிரிவினை சுருக்கி, மென்பொருள் தயாரிப்புப் பிரிவினை விரிவுபடுத்தும் வகையில் தன்மயமாக்கும் (Automation) சூழலுக்கு நாங்கள் தயாராகிக் கொண்டிருந்தோம்.

அடுத்த கட்ட வளர்ச்சி வேண்டுமெனில் பெருநகருக்குச் செல்லவேண்டும் அல்லது மேல் நிலையில் உள்ளவர்கள் நகரவேண்டும் என்ற நிலை இப்போது இல்லை. வாய்ப்புகள் விரியத் தொடங்கியிருக்கின்றன. பெருநகரங்களில் செயல்படும் நிறுவனங்களில் இருந்து எனக்கு நேர்காணலுக்கான அழைப்புகள் வராமல் இல்லை. உள்ளுக்குள் ஒரு வைராக்கியம். வக்கத்த குடும்பம் என்று சொல்லடி தந்த உறவுகள் கண்பட வாழ்தல் தருகிற போதை.

வீடெல்லாம் கூட போட்டுவிட்டேன். உள்ளே வைப்பதற்கு தாத்தாவின் புகைப்படம் ஒன்று கூட இல்லாமல் போனதுதான் குறை. ஆனால் அம்மாவோ விளக்கு வைக்கும் நேரத்தில் வீட்டிற்குள் நுழையும் அந்துப் பூச்சிகளை தன் தகப்பனாக எண்ணி மனதிற்குள் வணங்குவது மூலம் நிறைவுற்றுக் கொள்கிறாள்.

இன்று துறை மேலாளராக உயர்ந்திருக்கிறேன். அதற்காக நான் கடன்பட்டிருப்பது எனக்குக் கிடைத்த குழுவிற்கும், வழிகாட்டியாக இருந்து வரும் அபிக்கும் தான். அபி எங்கள் கிளை நிறுவனத்திற்கு இயக்குனராக பொறுப்பேற்றிருப்பவர். சேஞ்ச் மானேஜ்மென்டில் வித்தகர் என்று தான் சொல்ல வேண்டும். நாகர்கோவிலுக்கு புதியவராக வந்தவரை கன்னியாகுமரி பீச், மாத்தூர் தொட்டிப் பாலம், திற்பரப்பு அருவி, காளிகேசம் என்று கூட்டிக் கொண்டு சுற்றியதில் எங்களுக்குள் நல்ல நட்பு. இப்போதெல்லாம் அவருடன் அதிக

நேரம் செலவிடுகிறேன். பெரும் பணம் செலவழித்து சிறந்த பல்கலைக் கழகங்கள் வழியாக கற்றுக் கொள்ளப் படவேண்டிய மேலாண்மை நுணுக்கங்களை அவருடன் நேரம் செலவிடுவது மூலமாக உள்வாங்கிக்கொள்ள பிரயாசித்துக் கொண்டிருக்கிறேன். அவரையும் கடந்து செல்ல வேண்டும் என்பதே மனதிற்குள் வகுத்துள்ள இலக்கு.

என்னோடு வேலைக்குச் சேர்ந்தவர்கள் கூட என் குழுவில் உண்டு. "அபிக்கு குண்டி குடுத்தே மேல வந்துட்டாம்ல" என்று முதுகிற்குப் பின்னால் கேட்ட நழியோடு அவர்களோடு இருந்த அணுக்கம் அறுந்து என் குழுவின் வெறும் வளர்ச்சி அலகுகளாக மாறி விட்டனர். சென்றவாரம் வேலையை விட்டு விலகிய என் பால்யகால சிநேகிதன் சபீர் "கொஞ்சம் மனசாட்சியோடு நடந்துக்க டே" என்றான். தண்ணீர்ப்பூச்சிகள் மத்தியில் இருந்து தட்டானான கதையாகிவிட்டது என் நிலை.

எல்லாம் கழிந்த ரிவியூ மீட்டிங்கில் தான் தொடங்கியது. என் ரிப்போர்ட்டை ஆராய்ந்த அபி, "அருண் உங்களின் PPT டெக் பிரமாதமாக இருந்தது. உங்கள் குழுவிற்கு நீங்கள் பரிந்துரை செய்திருக்கும் சம்பள உயர்வினையும் அதற்கு கொடுத்துள்ள நியாயங்களையும் ஆமோதிக்கிறேன். கொடுத்து விடலாம்." என்றார்.

"நன்றி அபி"

"இதோ, இந்தப் பட்டியலில் இருக்கும் உங்கள் குழுவினர்களைப் பற்றி என்ன நினைக்கிறீர்கள்?" என்று மானிட்டரை என் பக்கம் திருப்பினார்.

"பெரும்பாலானவர்கள் நிறுவனத்தின் ஆரம்ப கால வளர்ச்சியில் இருந்தே துணை நிற்பவர்கள் அபி" என்று உற்சாகத்துடன் கூறினேன்.

"நல்லது. இந்த நாற்பது பேரையும் வேலையில் இருந்து அனுப்பிவிடுங்கள்"

"ஏன் அபி.. கொடுக்கும் வேலையை சரியாகச் செய்து முடித்து விடக்கூடியவர்கள் தானே அவர்கள்?"

"மிகச் சரி, கொடுக்கும் வேலையை செய்து முடிக்கும் புதியவர்களின் இலக்கை கணக்கில் கொள்ளும் போது

நிறுவனத்தின் வருங்கால வளர்ச்சியில் தற்போதைய செலவீனங்களுடன் இவர்கள் சோபிப்பது ஐயமே. அவர்கள் தங்கள் பங்களிப்பின் உச்சத்தை ஏற்கனவே தொட்டு விட்டனர், தேக்க நிலையிலுள்ள இவர்கள் வீழ்ச்சியுறவே சாத்தியமிருக்கிறது."

"ஆனால் அவர்கள் அனைவரும் நம் நிறுவனத்துடன் உளப்பூர்வமான பிணைப்புள்ளவர்கள். நாம் ஏன் அவர்களுக்கு மீண்டும் ஒரு வாய்ப்பளிக்கக் கூடாது அபி?"

"நேர விரயம்"

அவர்கள் ஒவ்வொருவருடன் கழித்த நல்ல பொழுதுகளும் அவர்களின் சொந்தவாழ்க்கைப் பொறுப்புகளும் கண் முன் வந்து நிற்கவே குமையத் துவங்கினேன்.

என் மனதைப் படித்தவராய் "லிஸன், மாத இறுதிக்குள் இவர்களை அனுப்பியாக வேண்டும்" என்றார்.

மீட்டிங்கிற்கு இன்னும் பத்து நிமிடங்கள் இருக்கின்றன. காலையில் ஒன்றும் சாப்பிடாமல் வந்தது வயிறு வேறு கொழுவிப் பிடித்துக் கொண்டிருக்கிறது. காபி மெஷினில் இருந்து ஒரு கோப்பையை நிரப்பி எடுத்துக்கொண்டு ஹெச். ஆரை (Human Resources) தயாராக இருக்கும் படி சொன்னேன். முப்பது பேர்களையும் வெற்றிகரமாக ராஜினாமா செய்ய வைத்திருந்தாலும் உணர்ச்சி வசப்படக்கூடிய சிலரை நேரிட ஹெச்.ஆர் என் உதவிகோரவே ஒத்துழைக்க வேண்டியதாயிற்று. ஒரு உயிருள்ள கொலைக்கருவியைப் போன்று அழுகையையும், மன்றாட்டுகளையும், கேவல்களையும், மிரட்டல்களையும் எதிர் கொண்டபடி இருக்கிறேன்.

வேலைக்குப் புறப்படும் நேரத்தில் அம்மாவிடம் வேறு நன்றாகக் கோபப்பட்டு விட்டேன். "ராத்திரியும் ஒன்னும் திங்கல, இப்பவும் ஒன்னும் வேண்டாம்னா எப்புடி மக்ளே?" என்றவளிடம் "ஆமா, நான் பட்டினியே இருந்ததில்ல பாரு" என்று கத்திவிட்டு அவசரமாகக் காரை எடுத்துக் கொண்டு வந்துவிட்டேன். பாவம், அவளின் கடந்த கால இயலாமையை பரிகாசிப்பது போன்று ஆகிவிட்டது. பிறகு நான் என்ன தான் செய்வது? உணர்ச்சிகளைக் கொட்ட எனக்கும் ஒரு வடிகால் வேண்டும் இல்லையா.

சந்திப்பறைக்குள் நுழைந்து மொபைல் போனை மேஜையில் வைத்தேன். ஹவுஸ் கீப்பிங் பணியாளரை அழைத்து இரண்டு தண்ணீர் போத்தலும் டிஸ்ஸு பேப்பர் பாக்ஸையும் எடுத்து வரச் சொன்னேன். எதிரில் கிடந்த இரண்டு நாற்காலிகளில் ஒன்றை மேசையின் வலது ஓரத்திற்கு நகர்த்தினேன்.

ஒரு சந்திப்பில் காரியம் சாதிக்க, திறமையுடன் உளவியலுக்கும் முக்கியப் பங்கிருக்கிறது. இந்தச் சந்திப்பு முடியும் வரை கோமதியின் நாடி என் கையில் இருக்க வேண்டும். அதற்கான ஒரு சிறிய ஏற்பாடு.

சில நிமிடங்களிலேயே இருவரும் உள் நுழைந்தனர். கோமதியை எனது வலப்பக்க இருக்கையில் அமர கைகாட்டிவிட்டு, எச்.ஆர் எதிரில் கிடந்த நாற்காலியில் போய் அமர்ந்து கொண்டாள். கோமதியின் மனதில் இருக்கும் கடைசி நம்பிக்கையை உடைக்கும் நாசூக்கில் தான் இச்சந்திப்பின் வெற்றியே இருக்கிறது.

“சொல்லுங்க கோமதி” என்றதும் கண்ணீர் பொங்க கொட்டித் தீர்க்க ஆரம்பித்தாள்.

“அருண்.. நாம ஒன்றாத் தான வேலைப் பார்த்தோம். நான் எப்புடி வேல செய்வேன்னு தெரியும்ல. நீ டீம் லீடரா இருந்தப்ப உன் கையால எத்தனை வாட்டி Pat on the back award வாங்கிருப்பேன். இப்போ ப்ராஜெக்ட் இல்ல, பெர்பார்மன்ஸ் பத்தலைன்னா என்ன செய்யுறது?”

உதட்டிற்குள் முன்பற்களை இறுகக் கடித்துப் பிடித்துக் கொண்டு சலனமற்ற முகத்துடன் அவளையே பார்த்துக் கொண்டிருந்தேன்.

“என் வீட்டுச் சூழல் தெரியும்ல? இந்த வேலைக்காகத் தான் என் கல்யாணமே நடந்துச்சு. இப்போ, நான் போய் வேல இல்லனு எப்புடிப் போய் நிக்கது”

மேசையில் இருந்த டிஸ்ஸு பேப்பர் பாக்ஸை அவள் பக்கம் நகர்த்தி கண்ணாடிக் குவளையின் மூடியை விலக்கி தண்ணீர் நிரப்பினேன்.

“புதுசா வேலைக்குச் சேர்ந்தவங்க எல்லாம் இருக்காங்க.

நான் மட்டும் என்ன?" என்று விக்கத் துவங்கியவள் முகத்தை அழுந்தத் துடைத்தபடியிருந்தாள்.

அழுது முடிக்கும் வரை பொறுமை காத்தேன். அமைதியான அவ்வறையில் என் தலைக்கு மேல் இருந்த மின்விளக்கில் டங்.. டங் என்று பூச்சியெதோ மோதும் சத்தம் மட்டும் கேட்டுக் கொண்டிருந்தது.

சிறுது நேர மௌனத்திற்குப் பிறகு "ஸாரி, ரெஸ்ட் ரூம் போய் வருகிறேன்" என்றபடி வெளியேறினாள்.

"நேற்றும் ஒரே அழுகை, நான் சாகத்தான் செய்யணும்னு என்னவெல்லாமோ சொல்லிட்டு இருந்தாங்க."

"ஹ்ம்ம்... எனிவே, இன்றைக்கு கிளோஸ் ஆகணும், லெட்ஸ் ஸீ"

சில கண நேர அமைதிக்குப் பிறகு, செய்வதறியாது மொபைலினை எடுத்து முன்பக்கக் கேமராவை ஆன் செய்தேன். சவக்களையில் இருந்த முகத்தில் கருவிழிகளுக்குக் கீழ் மட்டும் மென் நீர்த்திரை போன்று தெரிந்தது. என்னை நானே சபித்துக் கொண்டேன்.

தலைக்கு மேலே மீண்டும் டங்...டங்.. என்ற சத்தம். அந்துப் பூச்சி. கருத்த சிறகுகளில் வெளுத்த பெருவிழிகளுடன் மெதுவாக மூச்சு வாங்குவது போல இறக்கைகளை திறந்து மூடிக் கொண்டிருந்தது. சட்டென்று அம்மாவின் நம்பிக்கையும் பழைய வாழ்க்கையின் நினைவுகளும் கணப்பொழுதில் நெஞ்சில் வெட்டிச் சென்றன. சாணி மெழுகிய எங்கள் வீடு, அண்டிக் கறைபடிந்த அம்மாவின் கைகளில் இருக்கும் பொள்ளல்கள். சன்னலின் வழி சூனியத்தை வெறித்துக் கிடந்த தாத்தாவின் பார்வை என எல்லாம்.

"கோமதி.. உன் சூழ்நிலை புரியாமல் இல்லை. என்னால் முடிந்த அனைத்து முயற்சிகளையும் எடுத்துவிட்டேன். வேறு வழியில்லை, புரிந்துகொள்."

"உடனே நீ வேலையை விட்டு நிற்பதாய் இருந்தால் உனக்கு மூன்று மாத கால ஊதியத்தையும் உடனடியாக கையில் தருவதற்கு ஏற்பாடு செய்கிறேன். அல்லது நீ இப்போது

ராஜினாமா செய்துவிட்டு இரண்டு மாதகாலம் அலுவலகம் வந்துகொண்டே உன் வீட்டில் உள்ளவர்களை புரியவைக்க முயற்சி செய். அதிகபட்சம் என்னால் அவ்வளவே செய்ய முடியும்."

"உன் முடிவு எதுவாக இருந்தாலும்.. நான் காத்திருக்கிறேன்" என்று தீர்க்கமான குரலில் கூறினேன்.

மாலை ஆறு மணிக்கு அவளின் ராஜினாமா இ-மெயில் கிடைத்தது.

நாற்பது பேரின் ராஜினாமா மற்றும் அவர்களின் கடைசி வேலை நாள் பற்றிய விவரங்களை அபிக்கு அனுப்பிவிட்டு சந்திப்பு அறைக்குள் நுழைந்தேன்.

"யூ ஆர் தி மேன்" என்று முதுகில் தட்டி ஒரு கோப்பைக் காபியுடன் என் முன்னால் அமர்ந்தார்.

"அந்த ட்ராமா குயினை எப்படி சமாளித்தாய்?"

"ஜீரணிக்க முடியவில்லை அபி. ரத்தமும் சதையுமாக இவ்வளவு காலம் உடன் பயணித்தவர்களை.. நெஞ்சில் ஈரம் இல்லாமல்.. ஜஸ்ட் லைக் தட் எப்படி நம்மால்.." கண்கள் கலங்கின.

"இன்னும் அதையே நினைத்துக் கொண்டிருக்கிறாயா அருண்? டேக் இட் ஈஸி."

அபி மெலிதாக புன்னகைத்துக் கொண்டிருப்பது போல் இருந்தது.

"அருண், ஒன்றைப் புரிந்து கொள். ஒரு நல்ல நிர்வாகி நிறுவனத்தின் முதலீட்டு இலக்கங்களையும் அதற்கான உற்பத்தி இலக்குகளையும் சீர்தூக்கிப் பார்த்தபடியே இருப்பான். அது இந்த மேஜையானாலும் சரி உணர்ச்சியும் உயிருமுள்ள மனிதனாக இருந்தாலும் சரி."

"உனக்குப் புரியும் மொழியிலேயே சொல்கிறேன். நீயும் நானும் இளைப்பாறிக் கொண்டிருப்பது ஒரு ராட்சத ராஜாளியின் சிறகுகளின் நிழலில். அதனால் தூக்கி விழுங்க முடியாத வளர்ச்சியை நம்மளவில் அடைந்து கொண்டே இருக்கும் வரை தான் நமக்குப் பாதுகாப்பு."

நீண்ட பெருமூச்சு உள்ளிருந்து வந்தது. எழுந்து நிறுத்தி வைக்கப்பட்டிருந்த காபி மெஷினில் கோப்பையை வைத்தேன். மூலையில் பதுங்கியிருந்த அந்துப்பூச்சி படபடத்தது, மது குடித்த தாத்தாவின் சரீரத்தைப் போல.

"மக்ளு, நன்னாய்ட்டு படிக்கணம். படிச்சு நல்ல நிலையில் எத்தனம். எங்கிலே ஈத்தாழ்ச்சகளொக்க மாற்றி எல்லாவர்க்கும் எல்லாம்.." தலைக்குள் கேட்டுக் கொண்டிருந்த எதிரொலி "வாட்ஸ் தட் அருண்?" என்கிற அபியின் குரலில் கரைந்தது.

"நத்திங்.. just a fly... moth."

சன்னலை மெதுவாகத் திறந்து வைத்தேன். அந்துப்பூச்சி தட்டித் தடுமாறியெழுந்து வெளியே பறந்து விழுவதை காபியை உறிஞ்சியபடி பார்த்து நின்றேன்.

அனந்தபத்மன்

1

தரையில் கிடந்த கால்சராயை எடுத்து அணிந்து கொண்டு சமையல் அறைக்குள் நுழைந்த அனந்தன் சுவரில் பொருத்தியிருந்த நீர் வடிகட்டிக் கலனின் திறப்பைத் திறந்து போத்தலை நிரப்பினான். தண்ணீர் போத்தலின் கழுத்து முட்ட நிரம்பவே, அண்ணாந்து குடித்து மீண்டும் நிரப்பிக் கொண்டான்.

குளியல் அறையில் நீர் விழும் சலசலப்பு கேட்டபடி இருந்தது. அனு உள்ளிருந்தாள். வீட்டில் ஒரு துர்சம்பவம் நடந்திருக்க வேண்டியது, அனுவின் நல்ல நேரத்திற்கு இன்று தப்பிவிட்டாள். அலுவலக பரபரப்பிற்கிடையில் அவள் அனுப்பிய வாட்ஸ்-அப் செய்தியைத் திறந்ததும் உண்மையிலேயே மிரண்டு போய்விட்டான். ஆறடி நீளத்தில் தலை நசுங்கிக் கிடக்கும் பாம்பினுடைய புகைப்படம். கருநீலம் கலந்த சாம்பல் நிறத்தில் உடலின் குறுக்காக வெண்ணிறக் கோடுகளுடன் இருந்தது. எட்டடி விரியன்.

அனுவை அழைத்தான். "எத்தன வாட்டி சொன்னாலும் ஒனக்குப் புரியாது" என்று கத்தினான். திருமணம் முடிந்து வந்த நாளில் இருந்து அனந்தன் இவ்வளவு கோபப்பட்டு அனு பார்த்ததில்லை.

சிந்தும் பருக்கைகளைத் தேடி எலி வரும், அதன் பின்னாலேயே பாம்பு வரும் என்று ஓராயிரம் முறை சொல்லியிருப்பான். செவுட்டுப் பாம்பாட்டம் தலையைத் தலையை ஆட்டிவிட்டு இருந்து விட்டாள்.

"பத்மா வீட்டுல இல்லையா?" அனந்தனின் கோப உஷ்ணத்தில் ஃபோன் சூடாயிற்று.

"அக்கா இருக்காங்க.."

"என்ன சொன்னா?"

"நல்ல அழுதுட்டாங்க. எனக்கு என்னவோப் போல ஆயிட்டு. சாயுங்காலம் அவுங்கக் கூட நாகராஜா கோவிலுக்குப் போயிட்டு வரலாம்னு இருக்கேன்."

"சரி" என்று அழைப்பைத் துண்டித்தான். பத்மாக்கா என்று பேச்சில் காட்டும் மரியாதை இன்று கோபத்தில் விடுபட்டதை அனு குழப்பத்துடன் மனதில் குறித்துக் கொண்டாள்.

அவர்கள் வசிக்கும் வீட்டு உடைமையாளரின் தகப்பனார் காலத்தில் தென்னந்தோப்பாக இருந்த நிலத்தை திருத்தி, வீடு கட்டி வாடகைக்கு விட்டுள்ளார். தோப்பிருந்த ஞாபகத்திற்காக மூன்று மரங்களை விட்டு வைத்திருக்கிறார். மேலும் கீழுமாக இரண்டு வீடுகள். மேல் தளத்தில் பத்மா, மங்கள நாதன் தம்பதியினர் இரு சிறு மகள்களுடன் வசிக்க, அனுவும் அனந்த பத்பநாபனும் கீழ் வீட்டில் இரண்டு வருடங்களுக்கு முன்னர் புதுமணத் தம்பதிகளாகக் குடி வந்தனர்.

தினமும் முதல் கரண்டிச் சோற்றினை புற வாசலின் பின் கட்டு மதில் மீது வைத்த பிறகே சோறு விளம்பவோ, உண்ணவோ செய்வாள் அனு. அவள் கையால் சாப்பிட்டுப் பழகிய காகங்களும் அணிலும் வெயில் உச்சிக்கு ஏறியதும் குரல் கொடுக்கத் தொடங்கிவிடும். அனுவிற்கு வீட்டில் ஆட்கள் இருக்க வேண்டுமென்று இல்லை. அவள் பாட்டிற்கு விருந்திற்கு வரும் பட்சிகளுடன் பேசியபடி இருப்பாள்.

இன்றும் அப்படித் தான் நடந்திருக்கிறது. க்கிக்..க்கிக்..க்கிக்.. என்று அணில்கள் வாய்விடாமல் சத்தம் எழுப்பியபடியிருக்க சமையல் அறையின் கண்ணாடி சன்னலில் கருப்பாக சிறிய உருவம் வந்து முட்டி விலகிய படி இருந்திருக்கிறது.

"பொறு.. அதுக்குள்ள பசிச்சுடுச்சா.. என்ன தனியா வந்துருக்க? எங்க? காக்க பட்டாளத்த ஒன்னும் காணோம்?" என்று பேச்சு கொடுத்தபடி, கரண்டிச் சோறெடுத்துச் சென்றவள் சன்னலில் இருந்து வழுக்கி விழுந்த பாம்பைக் கண்டு திகைத்துப் போனாள். 'பிள்ளைக இருக்க இடம், வீட்டுக்குள்ள வந்துட்டா என்ன ஆகும்' என்ற எண்ணம் தோன்றிய மறு கணம் அருகில்

சார்பினோ டாலி 17

தென்னை மர வரப்பில் பதித்திருந்த செங்கல்லை எடுத்து எறிந்ததில் பாம்பின் தலை பெயர்ந்துவிட்டது.

இன்று வெள்ளிக்கிழமை. பத்மாவிற்கு விடுமுறை என்ற ஞாபகம் வரவே, "பத்மாக்கா.. ஏ பத்மாக்கா சீக்கிரம் கீழ இறங்கி வாங்க" என்று குரல் கொடுத்தாள்.

அனுவின் முன் உயிர் போகும் வேதனையில் புழுவென புரண்டு கொண்டிருந்த பாம்பினைக் கண்டு "ஆ... எனக்க அனந்தா" என்று உடல் நடுங்க ஓடி வந்த பத்மா மண்டியிட்டமர்ந்தாள்.

"என்ன காரியம் பண்ணிட்ட அனு" என்று கண்ணீர் வழிய கேட்ட பத்மாவிற்கு என்ன பதில் கூறுவது என்று அறியாமல், பதறினாள் அனு.

"இல்லக்கா, விஷப் பாம்பு மாதிரி இருக்கு. யாரையும் கடிச்சுடுச்சின்னா"

"நாகரோயில்ல யார பாம்பு கடிச்சுருக்கு?" என்றாள் மூக்கு விடைக்க.

அசைவு நின்ற பாம்பை குழந்தையென கைகளில் தூக்கி கால் படாத இடமாகப் பார்த்து அமர்ந்தாள்.

"வெள்ளிக் கிழமையதுவுமா வீடேறி வந்த ஐஸ்வர்யம் இப்புடி ஆகிட்டே. பத்மநாபா, ஏன் என்னப் போட்டு வதைக்கிற?" என்று புலம்பிக் கொண்டே குழிதோண்டத் தொடங்கினாள்.

அனுவிடம் "வீட்டுல பால் இருந்தா எடுத்துட்டு வா" என்றாள் அதட்டலாக.

'நல்ல பாம்புக்குத் தான பால் ஊத்திப் புதைப்பாங்க' என்ற நினைப்பு வந்தாலும் அனுவிற்கு கேட்கத் தோன்றவில்லை. எப்போதும் கனிவாகப் பேசும் பத்மாவின் கோபம் புதியதாக இருந்தது.

புதைத்த இடத்தில் சிறிது நேரத்திற்கு தொழுது நின்றவள் அனுவிடம் எதுவும் பேசாமல் வீட்டிற்குப் படியேறினாள்.

பத்மநாபா என்று தானே அழைத்தாள் பத்மாக்கா?

2

குடிவந்த சில நாட்களிலேயே கூட்டு, குழம்பு பகிர்ந்து கொள்ளும் அளவிற்கு அனுவுடன் நெருக்கமானாள் பத்மா. வேலை விட்டு வந்ததும் அனுவிடம் அமர்ந்து மணிக்கூர் கணக்கில் ஊர்க்கதை பேசியபடி இருப்பாள். அனந்தன் வீட்டினுள் நுழைந்த பிறகுதான் குறுஞ்சிரிப்புடன் விடை பெறுவாள்.

வழி வழியாக நாகர் வழிபாட்டில் இருந்து வந்த குடும்பத்தினர் பஞ்சம் பிழைக்க வெவ்வேறு இடங்களில் சென்று குடியேறி பத்மாவின் தாத்தா காலத்தில் மீண்டும் நாகர்கோவிலுக்கு வந்திருக்கிறார்கள். பத்மாவிற்கு பத்து வயதிருக்கும் போது, ஊர்த் திருவிழாவன்று பத்மாவின் பாட்டியின் மீது நாகம்மாள் ஏறி ஆடியதில் மீண்டும் நாகர் வழிபாட்டிற்குத் திரும்பினார்களாம்.

ஒரு வெள்ளி விடாமல் நாகராஜா கோவிலுக்குச் சென்று விடுவாள். ஒன்றிரண்டு முறை அனுவையும் கூட்டிச் சென்றிருக்கிறாள். ஒரு நாள் கோவிலில் கிடைத்த ஓடவல்லிக் கொடி இலைகளைப் பார்த்து “உனக்கு ஆண் குழந்தை தான் பிறக்கும் பாரு” என்று ஆருடம் சொல்லி வெண்ணிற பிரசாத மண்ணை அனுவின் நெற்றியில் பூசிவிட்டாள்.

3

“அத்தே என்ன குழம்பு வைச்சீங்க?” என்று பத்மாவின் பிள்ளைகள் உரிமையுடன் கேட்டு சோற்றுத் தட்டுடன் வீட்டினுள் வந்து அமர்ந்து உண்ணும்.

“அத்தே சுருளப்பம் சுட்டுத் தருவீங்களா?”

“சுருளப்பம் எனக்கு சுடத் தெரியாதே. அம்மாட்ட கேட்க வேண்டியது தான?”

“போங்கத்த, எங்கம்மைக்கு எங்களப் பார்க்க எங்க நேரம். ஒன்னுல வேலைக்கு நேரமாச்சு இருக்கத சாப்பிடும்பா.. வேலைக்குப் போயிட்டு வந்தப்புறம் கேட்டா தலவலிக்குது தொல்ல பண்ணாதீங்கன்னு போய்ப் படுத்துருவா”

“அப்பாட்ட சொன்னா, ‘குட்டிப் போட மட்டும் தான் தெரியும்.. ஒருமாதிரி நல்லப்பாம்பு சாதி ஒங்கம்ம’ன்னு ஏசிட்டு

அவரும் பேசாம இருந்துருவாரு.”

“சரி, நான் யூ டூப்ல எப்படி பண்றாங்கன்னு பார்த்து செஞ்சுத்தாறேன்”

மணிமேடை துணிக் கடை ஒன்றில் கணக்கராக இருக்கிறாள் பத்மா.

“எப்படியோ உருட்டிப் பிரட்டி இருவது பவுனு சேத்துட்டேன். அப்டி இப்டின்னு இன்னும் ஒரு முப்பது பவுனு சேத்துட்டா எம்பிள்ளைகளுக்கு போதும்”

“குண்டுமணி தங்கத்துக்குப் போக்கில்லாம, கண்ட எறப்பாளிக கையில பிடிச்சுக் குடுக்க நிலைமைக்கு எம்பிள்ளேளத் தள்ள மாட்டேன்.”

சந்தர்ப்பம் கிடைக்கும் போதெல்லாம் தனக்கிருக்கும் சாமர்த்தியத்தை பேச்சு மிடுக்கில் உணர்த்தும் பத்மாவை ஆமோதிப்பது போன்று நகைத்துக் கடந்து விடுவாள் அனு.

மகப்பேறு பரிசோதனைக்காக கோபாலப்பிள்ளை மருத்துவமனைக்குச் சென்று வந்த அன்று மாலை வேலை விட்டு வந்த பத்மா, “ரெண்டு பேரும் ஜோடியா டவுனுக்குள்ள சுத்துன மாதிரி இருந்துச்சு” என்று கேட்டாள்.

“சும்மா படம் பாக்கப் போயிருந்தோங்க்கா”

“நான் எதுவும் விஷேசம் போலன்னு நினைச்சேன்”

வழக்கம் போல சிரித்து சமாளித்தாள் அனு.

“எனக்கெல்லாம் கல்யாணம் முடிஞ்ச அன்னிக்கே.. உடன தான், பச்சுன்னு ஒட்டிக்கிச்சு.. செப்டம்பர்ல கல்யாணம், ஜூன்ல மூத்தவா பொறந்தாச்சு” என்ற பத்மாவின் துள்ளலான பதில் அனுவிற்கு ரசிக்கவில்லை.

“எதுவா இருந்தாலும் நாகராஜாவுக்கு நேர்ந்துக்கோ. எல்லாம் நல்ல படியா நடக்கும்,” என்று இருக்கையில் இருந்து எழுந்தாள்.

இரண்டு குழந்தைகளைப் பெற்ற பிறகும் பத்மாவின் உடலில் வாளிப்பும் கட்டும் குலையாமல் இருப்பது முதன் முறையாக அனுவின் கண்களை உறுத்தத் தொடங்கியது.

4

ஒரு நாள், சுகக் கேடால் பள்ளிக்குச் செல்லாமல் வீட்டில் இருக்கும் தன் இளைய மகளை கொஞ்சம் பார்த்துக் கொள்ளுமாறு வேலைக்கு சென்ற இடத்தில் இருந்து ஃபோன் செய்தாள் பத்மா.

நினைவிழந்த நிலையில் கட்டிலில் இருந்து கீழே விழுந்த மகளைத் தூக்கி கிடத்திக் கொண்டு அழுது கொண்டிருந்தார் மங்கள நாதன்.

"இந்த வீட்டுல வந்து பிறந்துட்டியே மக்ளே.." என்று தன் தலையில் அடித்தார். நெருப்பாய் கொதித்துக் கொண்டிருந்த பிள்ளையின் நெற்றியில் பிரசாத மண் குறி இருந்தது.

அவ்வீட்டை அன்று தான் கவனித்தாள். பிள்ளைகள் சொன்ன வீட்டு விஷயங்கள் நினைவு வந்தது.

"எங்கம்மா எப்பவும் தனி ரூம்ல தான் படுப்பா. எங்களக் கூட உள்ள விடமாட்டா. நானும் அக்காவும் ஒரு ரூமுல படுத்துருப்போம். எங்க அப்பா வெளில ஹால்ல தான் படுப்பாரு. அப்பாட்ட எதுவும் பேசணும்னா கூட எங்க கிட்டத் தான் சொல்லுவா"

பத்மா ஒரு புதிராகப் படவே அவளுடனான பேச்சைக் குறைத்துக் கொண்டாள் அனு. இன்று பாம்பு வந்ததினால் அழைக்க வேண்டியதாகிவிட்டது.

மதிய உணவை முடித்துவிட்டு பாம்பு செத்த இடத்தில் அனு மண்ணெண்ணெய் தெளித்துக் கொண்டிருந்தாள்.

இறங்கி வந்த பத்மா, "எதுவும் நினைச்சுக்காத அனு... யேம் மனசுருகி வேண்டுன ஒன்னு நடக்கதா இருந்தா நான் நாகத்த பாத்துருப்பேன். அது எனக்குக் கண்ணுக்கு காட்ட வந்துரும். அத சாகப் பார்த்ததும், கோபப்பட்டுட்டேன். என்ன மன்னிச்சுடு" என்றாள்.

"ஸாரிக்கா, பதட்டத்துல தான் கல்லத் தூக்கிப் போட்டுட்டேன். மனசே சரியில்ல. இன்னைக்கு நீங்க கோவிலுக்குப் போறதா இருந்தா நானும் வாறேன்" என்றவள் கறவைப் பாலும், மஞ்சள் பொடியும் வாங்கி பூஜை அறையில் வைத்துக் கொண்டாள்.

5

வீட்டிற்கு வந்ததும் மறுபடியும் அனந்தனிடம் வாங்கிக் கட்டிக் கொள்ள வேண்டுமோ என்று பயந்திருந்த அனுவிடம், அவன் எதுவுமே கேட்கவில்லை. வேலை விட்டு வந்தவன் நேராகப் போய்க் குளித்து தயார் ஆகி சாப்பாட்டு மேசையில் வந்தமர்ந்தான்.

“கோவிலுக்குப் போயிட்டு வந்த பிறகு தான் ஒரு நிம்மதி” என்று இருவரும் பஸ் பிடித்துப் போய் வந்த கதையினைக் கூறிக்கொண்டே தோசை வார்த்து தட்டில் வைத்துக் கொண்டிருந்தாள்.

இரண்டு வில்லை பிட்டு வாயில் இட்ட அனந்தனுக்கு உடல் சில்லிட்டு உள்ளுள் மெலிதாக உதறுவது போலிருந்தது. பற்கள் மெதுவாக அடித்துக் கொள்வது போலிருக்க நாவறண்டு தொண்டையில் எச்சில் பிரண்டு இறங்க மறுத்தது. நெஞ்சுக் கூட்டில் மென் நடுக்கம் எடுக்க, வயிற்றில் பிரளயம் கண்டது போன்றதொரு உணர்வு.

எழுந்து அடுப்படியில் அனு அருகில் சென்று சிரத்தையாக கதை கேட்கும் பாவனையில் நின்றவனின் கண்கள் ஒரு விதமாய் செருகி அனல் அடிப்பதைக் கண்டு வாயைப் பொத்திக் கொண்டு சிரித்தாள்.

‘தோவாளைல இன்னிக்கு மல்லி விலை மலிவு போலிருக்கு’

என்று கொளத்து பஸ் ஸ்டாண்ட் பூக்கடையில் இருந்து, கூட ஒரு முழம் வாங்கி சூடிக் கொண்ட ஜாதி மல்லி வாசத்தின் விஷம் அனந்தனின் தலைக்கடித்து விட்டது.

6

தோசையிருந்த தட்டில் சட்டினி ஊற்றிக் கொண்டு அவளருகில் வந்தமர்ந்து ஊட்டிவிட்டு தானும் உண்ணத் தொடங்கினான்.

படுக்கை விரிப்பிற்குள் சுருண்டுக் கொண்டு வெட வெடத்தவளிடம் தண்ணீர் போத்தலை நீட்டினான்.

“நீங்க நாகராஜா கோவிலுக்குப் போயிருக்கீங்களா?”

“ஆமா, சின்ன வயசுல அம்மா கூட்டிப் போயிருக்கா. கை

கால்கள்ள தோல் சுருங்கி வெடிச்சு பாளம் பாளமா இருந்த நோய் அங்கப் போய் தான் சரியாச்சு"

"இன்னைக்கு என்னா கூட்டம்னு நினைக்கறீங்க.. வரிசைல நின்னுதான் பால் ஊத்தினோம்"

"ம்"

"கருவறையை சுத்திட்டு இருக்கும் போது அதோட ஓலக் கூரைல இருந்து பொத்துனு ஒரு பாம்பு விழுந்து. அதுவும் என் கண்ணுல தான் பட்டிச்சு. அந்தக்காக்கு காணிச்சுக் குடுத்தேன். அனு, நீ எவ்வுளோ குடுத்து வைச்சவன்னு தெரியுமான்னு கேட்டுட்டு அழுது கிட்டே கொஞ்ச நேரம் கும்பிட்டு நின்னாங்க"

"ம்" அனந்தன் வேறேதோ யோசனையில் இருந்தான்.

"எல்லா வாரமும் கோவிலுக்கு வாறீங்களே, எதுவும் நேர்ச்சையாக்கானு கேட்டேன்"

"ம்" அவன் கண்கள் அனுவைக் கூர்ந்து கவனித்தன.

"பத்மாக்கா அவுங்க அம்மா வயித்துல இருக்கும் போது ஒரு பாம்பு ஏறிப் போச்சாம். அவுங்க வயசுக்கு வந்த மூணாவது வாரம் ஒரு வெள்ளிக் கிழமை ஒரு பெரிய பாம்பு அவுங்க உடம்பப் பின்னிக் கிடக்கிற மாதிரி கனவு கண்டு காச்சல்ல விழுந்துட்டாங்களாம். அப்புறம் நாகராஜா கோவிலுக்குப் போய் நாற்பது நாள் நெய் விளக்கு ஏத்தி தான் சரியாச்சாம்."

"ம்" ஏற்கனவே தெரிந்த கதையைக் கேட்பவனைப் போல் சலிப்போடு பார்த்தான் அனந்தன். அவள் இன்னும் கூர்ந்து நோக்கியபடி தொடர்ந்தாள்.

"இப்போ திடீர்னு கொஞ்ச காலமா தொடர்ந்து அதே மாதிரி பாம்புக் கனவா வருதாம்"

இம்முறை சத்தம் வராமல் அனுவை நேரிட்டுப் பார்ப்பதைத் தவிர்த்து எழுவதற்கு அசைந்தான். அனு அமைதியாக அவனைப் பார்த்தபடி நின்றாள்.

இயல்பு நிலைக்குத் திரும்பியவனாக கடைசி தோசைத் துண்டினால் தட்டில் ஒட்டியிருந்த சட்டினியைத் துடைத்தெடுத்து

அனுவிற்கு ஊட்டிவிட்டு அனந்தன் சமயல் கட்டிற்குச் செல்ல, கூகிள் தேடு தளத்தில் 'ஏன் பாம்பு கனவு வருகிறது' என்று தேடினாள் அனு.

மின் விசிறி தொங்கும் காங்கிரீட் கூரையின் மேல் தளத்தில், ஒருபுறம் ஒதுங்கி தனித்து உறங்கும் பத்மாவை நினைத்து ஒரு கணம் வருந்திய படி ஃபோனின் ஒளிர் திரையை மேல் தள்ளிக் கொண்டிருந்தாள். பத்மாவை நினைத்து தன் மனதில் தோன்றியது வருத்தமா, கோவமா இல்லை இரக்கமா என்று பல யோசனைகள்.

விளக்கணைத்து விட்டு அருகில் வந்து படுத்துக்கொண்ட அனந்தன் மூக்கினால் அவள் கன்னத்தில் கோலமிட்டபடி கால்களைப் பின்னிக் கொண்டான். அனுவிற்கு சட்டென அந்தப் பாம்பைத் தொட்டதைப் போலிருந்தது. ஒருவித சிலிர்ப்பும் அருவருப்பும். மறைத்துக் கொண்டாள்.

"இங்கப் பாருங்கத்தான், கனவுல பாம்பு வாரது அடக்கி வைச்சுருக்க தேக சுகத்துக்கான அறிகுறின்னு ஃபிராய்டுன்னு ஒரு ஃபிலாசபர் சொல்லிருக்கத. இவளுக்கு அவ மாப்ள கூட இருந்தா என்னவாம்?"

அனந்தன் தன் முகத்தை விலக்கி நெற்றிப் புருவம் நெறித்து அனுவைப் பார்த்தான். அவன் கண்கள் சீறுவதைப் போலிருந்தன.

"அமெரிக்கால கனவு ஆராய்ச்சி செய்ற ஒருத்தி சொல்றா, கனவுல பாம்பு வந்துச்சுன்னா வேண்டாதவங்க யாரோ இடைஞ்சலா வாழ்க்கைல இருந்துட்டு இருக்காங்கனு அர்த்தமாம்." அனு அவனது பதில் வந்தே தீர வேண்டும் என்பதைப் போல அவனைக் கூர்ந்து கவனித்தாள்.

அனந்தனின் கண்களில் செந்நரம்புகள் எழத் துவங்கி முகம் இறுகியது.

"தனியாப் படுக்குற அளவுக்கு மாப்ள பொண்டாட்டிக்க இடையில என்னவா இருக்கும்?" என்று கேட்கத் தொடங்கியவள் கைகளில் இருந்து போனைப் பிடுங்கி அணைத்து கட்டிலின் கீழ் தள்ளினான்.

அனு சட்டென எழுந்து உட்கார்ந்தாள். சற்று பயந்து கண் கலங்கியபடி இருந்தாள்.

“தூங்குற நேரம் பாம்பாராய்ச்சி இப்ப ரொம்ப முக்கியமா?” என்று பற்களைக் கடித்தான். விலகி, திரும்பிப் படுத்துக் கொண்டான். சற்று நேரத்தில் ஆழ்ந்து உறங்கி விட்டான். வழக்கம் போல நீண்ட குறட்டை.

நீண்ட நேரம் குழம்பியபடி யோசித்துக் கிடந்த அனு சோர்ந்து உறங்கிச் சரிந்தாள். பாம்புச் சுழல்களுக்குள் நுழைந்து முன் சென்று கொண்டிருக்கிறாள். எங்கும் இருளும் ஓலமும். இடையிடையே பாம்புச் சீறல்கள். தொலைவில் கலங்கிய பிம்பங்களாக நிர்வாண உடல்கள். தெளிந்து வந்த ஒரு வீட்டு முற்றம்.

ஈரத் துவாலையால் கொண்டை சுற்றிய பத்மா, முற்றத்தில் ஆயிரம் புள்ளி வைத்து காவல் இருக்க, காலருகே பூமித் துளைத்து வருகின்றன வெண் புழுக்கள் இரண்டு.

ஒன்றையொன்று பற்றிப் பின்னி வானெழும்பும் ஓருடல் புழுக்கள் திடீரென ஒரு ராஜ நாகமாயின. அதன் அனல் மூச்சில் வான்மேகம் நஞ்சேறி கருக்க, அமுகலின் நிணம் சட சடவென பூமியில் விழுந்தது.

துளிகள் வெடித்து குட்டிகளாக விரிய, கொத்தாகப் பிடித்தள்ளி, புள்ளிகளின் மேல் உதறுகிறாள் பத்மா. நாகக் கன்னியாக உருமாறி கைகளை நீட்டி வாவென அழைக்கிறாள்.

நெளியும் குட்டிகள் புள்ளிகளில் சேர்ந்து மலை போல் குவிந்து உயர்ந்து ஒற்றை சர்ப்பமாகி, பதறி விழுந்த அனுவின் உடலை நெறிக்கத் தொடங்கின. நாகக் கன்னி தன் உடலைத் தன் கைகளால் தடவியபடிச் சீறிச் சிரிக்கிறாள். மூச்சு விடத் திணறி பயந்து அலறி விழித்தாள் அனு.

சற்றும் அசராமல் அனுவை இறுக அணைத்து தூங்கிக் கொண்டிருந்தான் அனந்த பத்மநாபன். சரியாக அந்நேரம் அவனது ஃபோனில் இருந்து டிங் என்று மணி சத்தம் கேட்க, கைநீட்டி எடுத்துப் பார்த்தாள். போனின் முகப்புப் படமாக ஒளிர்ந்தது நாகராஜா கோவில்.

தொடர்பிற்கு வெளியில்

1

ஆறு மணி வாக்கில் ஜெனி படுக்கையிலிருந்து எழுந்து செல்வது நிழல் போன்று தெரிந்தது. மின்விசிறியை அணைத்து விட்டு சன்னலை சின்னதாகத் திறந்து வைத்துப் போயிருப்பாள் போலும். முன்பனிக்காற்று அறையைக் குளிரூட்டியது. ம்மூம்.. ம்மூம்.. என்று தொடர்ச்சியான ஃபோன் அதிர்வுகள்.

ஊரிலிருந்து அம்மா அழைக்கிறாள். இந்த நேரத்தில் எதற்கு விடாமல் அழைத்துக் கொண்டிருக்கிறாள்? ஒரு வேளை கனவாக இருக்கும். அவசரம் என்றால் ஜெனிக்கும் அழைப்பு வந்திருக்குமே!

ம்மூம்..ம்மூம்..

வயிற்றில் கால் தூக்கிப் போட்டுக்கொண்டு கழுத்தைக் கட்டிப்பிடித்து உறங்கிக் கிடக்கும் பொடிசின் மென் குறட்டை அதிர்வில் இமை திறக்க முயன்று தோற்றுக் கொண்டிருக்கையில்...

நானும் தம்பியும் மாமா வீட்டிற்கான பழைய காட்டுப் பாதையின் வழி திரும்பிக் கொண்டிருக்கிறோம். வழியில் தென்படும் முட்புதர்களில் எல்லாம் உலர்ந்த தேங்காய் அரைப்பு சிதறல்களாகக் கொட்டிக் கிடக்கிறது. கையில் தொங்கும் தூக்குவாளியில் ததும்பும் கருவாட்டுக் குழம்பின் நிறத்தில். அதே மணத்துடன். சட்டென்று ஞாபகம் வந்தவனாய் தம்பியிடம், “டேய், நாம வந்த சைக்கிள் எங்கடா?” என்கிறேன். அவன் முழிப்பதைக் கண்டு, “ச்சே, மாமா வீட்டிலையே போட்டுட்டுனா... சரி நீ நட, நான் போய் எடுத்து வாறேன்” என்று செல்கிறேன்.

மாமா வீடு முத்தாரம்மன் கோவில் சரிவில் இருக்கிறது. காம்பௌண்டிற்குள் நிறுத்தப்பட்டிருக்கும் சைக்கிள்களில் என் ஹெர்குலசைக் காணாமல் தேடுகிறேன்.

வீட்டின் முன் தொலி உரிந்த பசுமாடொன்று இமைகள் இல்லாத பெரிய கண்களை உருட்டியபடி செந்நிறப் பற்களுடன் வாசலை மறித்து நிற்கிறது. ஒரு கோணத்தில் நாய் போலவும் தெரிகிறது. பார்ப்பதற்கே அருவருப்பு.

காம்பௌண்ட் வாசல் படிக்கட்டுகளிலேயே அமர்ந்து கொள்கிறேன். “அஜி.. லேய் அஜி.”

வீட்டிலிருந்து எச்சில் பருக்கைகள் ஒட்டிய கையுடன் வெளியில் வருகிறான் அஜி. அவனது கையை அந்தப் பிராணி ஆசையாக நக்குகிறது. ‘விருத்தி கெட்ட சவம்’ என்று மனதிற்குள் வைகிறேன். என்னைப் பார்த்து சிரித்தபடி, “அப்பா இன்னைக்கு கருவாட்டுக் கொளம்பும், கோழியும் பொரிச்சு வைச்சுட்டுப் போயிருக்காரு.. செம ருசி,” என்கிறான். “நான் வீட்டுல இருந்து கொண்டு வைச்சதுல மயிர,” என்கிறேன் கோவமாக.

“லேய் யாங் சைக்கிள் எங்கல?”

பதிலில்லை. நீலப் பூச்சையாக மாறி சுவரில் ஏறி தாவிச் செல்கிறான் அஜி. “தாயிலி” என்று கூவியபடி மறுபடியும் அதே படிக்கட்டில் அமர்கிறேன். படிக்கட்டு இப்போது விரிந்த வாழை இலை ஆக, நான் ஓரத்தில் அமர்ந்திருக்கிறேன். இலையின் நடுவில் குவிந்து கிடக்கும் பரோட்டாவின் மீதிருந்து ஓடிவரும் கறிக் குழம்பு என் லினென் கோட்டைத் தொடுகிறது. “கொஞ்சம் தள்ளி உக்காருங்க.. கொழந்த சாப்புடுகது தெரியலையா?” என்கிறாள் பிளாஸ்டிக் கவரின் வாயைப் பிடித்து குழம்பை கொட்டிக் கொண்டிருப்பவள்.

மாமா தனது வழக்கமான கள்ளச் சிரிப்புடன் வருகிறார். இவர் செத்துப் போய் விட்டார் என்று யாரோ சொன்ன ஞாபகம். “வீட்டினகம் வாடா,” என்கிறார். கையில் இருக்கும் அவருக்குப் பிடித்த கருவாட்டுக் குழம்பு வாளியை மறைத்துப் பிடிக்கிறேன். ‘பாத்தார்னா இங்கையே தொறந்து கைவிட்டு கொளம்புல மிதக்கும் கருவாட்டையும் முருங்கைக்காயையும் காலி பண்ணிருவாரு’ என்று எண்ணிக்கொள்கிறேன்.

வீட்டிற்கு நடப்பவர் அந்த பிராணியைக் கண்டுகொள்ளாமல் அகம் நுழைவதை வியந்தபடியிருக்கிறேன். அஜியின் தாத்தா என் முன் வருகிறார். சட்டையில்லாத உடம்பில் கட்டியிருந்த வேட்டி மடிப்பிற்குள் கிடக்கும் மூத்திரப் பையின் குழல் தொடையை ஒட்டிச் செல்கிறது. "மக்கா, அம்மையையும், சித்தியையும் வரச் சொல்லு. எனக்கு கொஞ்சம் காரியம் பேச வேண்டியிருக்கு."

"என்ன தாத்தா?"

"உன் மாமன் திருந்தி வந்திருக்கான்னு நினைச்சேன். இல்ல போலருக்கு."

'எதுக்கு திருந்தணும்? பொண்டாட்டியில்லன்னா அவரு என்ன தான் செய்வாரு?' என்று நினைத்துக் கொள்கிறேன்.

"சரி தாத்தா."

"மறந்துறாத," என்றபடி செல்கிறார்.

ஈரக் கையால் ஸ்விட்ச் போர்டைத் தொட்டது போன்று நடுமுதுகில் மடார் என்று ஒரு அறை. உறக்கம் கலைந்து, பிரமையில் எழுந்தமர்ந்தேன். தலைமாட்டில் டீ ஆறிக் கொண்டிருந்த பீங்கான் குவளையைக் கையில் எடுத்தேன்.

"ஆபீஸ் போகண்டாமா?" என்று அதட்டிவிட்டு சன்னல் சீலையை ஒதுக்கிக் கட்டிக்கொண்டிருந்தாள் ஜெனி.

இறந்து பத்து வருடங்களுக்கு மேலாகிற மாமா எதற்கு இரண்டு வருடங்களுக்கு முன் இறந்த அத்தையின் அப்பாவுடன் வந்தார்? அதுவும் அந்த தாத்தாவுடன் பேசியதாக ஒரு வார்த்தை கூட ஞாபகமில்லை.

தேநீரில் பால் துளியாக கலக்கம் கண்ட மனதில் பிரக்ஞை குவிந்து கலைந்த படி இருக்க சைலென்டில் கிடந்த ஃபோனை எடுத்தேன். அம்மா ஆறேழு முறை அழைத்திருக்கிறாள். '*Call Mom once you are free*' தம்பி வாட்ஸாப் அனுப்பியிருக்கிறான்.

இம்மனநிலையில் அம்மாவுடன் பேசினால் நன்றாகும் தான், ஆனாலும் இந்நேரம் வேண்டாம் என்று பட்டது. கிளம்பும் அவசரத்தில் ஜெனி சரியாகப் பேசாவிடின் என் தலை தான் கிடந்து உருளும்.

எழுந்து போய் சிங்க் செட்டில் காய்ந்து கொண்டிருந்த பாத்திரங்களை துலக்கத் துவங்கினேன்.

கடைசியாக அஜியிடம் ஊரில் வைத்து கண்டு நலம் விசாரித்த போது பேசியது. அவன் அக்காள் சுஜியிடம் பேசி இரண்டு வருடங்கள் இருக்கும். திருமண நாள், கிறிஸ்மஸ் வந்தால் பரஸ்பரம் வாழ்த்துச் செய்தி அனுப்புவதோடு சரி.

வெகுநேரமாக ஒரு பாத்திரத்தையே தேய்த்துக்கொண்டு திறந்த பைப்பில் இருந்து கொட்டும் நீரையே வெறித்துக் கொண்டிருப்பதை கவனித்தவள் தண்ணீரை அடைத்தாள்.

"என்னாச்சு ஒனக்கு?"

கனவில் பார்த்ததை சினிமாக் கதையாக அப்படியே ஜெனியிடம் ஒப்பித்தேன்.

"ஹ்ம்ம்.. இதுக்குத் தான் நேரத்துக்கு வீட்டுக்கு வான்னு சொல்றது. சாயுங்காலமானா பிரெண்ட்ஸ் கூட அரட்டை அடிக்கப் போக வேண்டியது. அறக்கப் பறக்க சாப்பிட்டு அரைகுறையா தூங்குனா நைட்மேர் வராம," நேற்றைய மீதியை சமயம் பார்த்து இறக்கிவிட்டாள்.

"இவ ஒரு மண்ணுக் கூதி," என்று வாய்க்குள் சொல்லிக் கொண்டு மள மளவென்று எனக்கான வேலையை முடிக்கத் தொடங்கினேன்.

திருமணம் முடிந்த கையோடு மாமனார் பரிசளித்த பிளாட் சாவியினை வாங்கிக் கொண்டு சென்னைக்கு வந்தது. பொடிசு பிறந்ததிலிருந்து ஊருக்கு அதிக போக்குவரத்து இல்லாமல் எதுவும் நல்லது கெட்டது என்றால் மட்டும் சென்று தலை காட்டி வருவது என்றாகிவிட்டது.

எங்கள் இருவருக்கும் பன்னாட்டு நிறுவனங்களில் வேலை. ஜெனி உற்பத்தி மேலாளர். நான் விற்பனைத்துறை தலைவர். கொரானாவிற்குப் பிறகு ஹை-பிரிட் பணியாளர்களாக (வீட்டில் இருந்து பணிபுரிபவர்கள்) மாறினோம். பராமரிப்புச் செலவீனங்களில் லாப வரவை கவனித்த நிர்வாகம் ஹை-பிரிட் பணிமுறையை தற்போது நிரந்தரம் ஆக்கிவிட்டனர்.

தொடக்கத்தில் குதூகலமாக இருந்தது. நாட்கள் போகப்போக

சார்பினோ டாலி

வீடு அலுவலகமாக மாறி வேலை இடைவெளியில் அவசரக் குடும்பம் நடத்திக் கொண்டிருக்கிறோம். வெகு நாட்களுக்குப் பிறகு ஜெனி அலுவலகம் கிளம்பிக் கொண்டிருக்கிறாள். அதற்குள் பிரேக்ஃபாஸ்ட் தயாரிக்க வேண்டும்.

ஒரு கண்ணாடிக் கோப்பையில் ஓட்ஸைத் தட்டி, ஷியா சீட்ஸ் ஒரு கரண்டி கலந்து, பாதாம் பால் விட்டு மைக்ரோவேவிற்குள் தள்ளி டைமரில் மூன்று நிமிடங்களை அழுத்தினேன்.

குறையத் தொடங்கிய நொடிகள் எண்களாக ஒளிர்ந்து கொண்டிருக்க, ஆழத்தில் மீந்து கிடக்கும் நினைவு எச்சத்தால் புள்ளி வைத்து விரித்தெடுத்த சித்திரப் பரப்பில் பால்ய கோலத்தில் அசைவுறத் துவங்கினேன்.

2

மாமா வீடு என்றால் அப்போதெல்லாம் எனக்கு கொள்ளைப் பிரியம். நானும் தம்பியும் விளையாட எங்கள் வயதொத்த அஜியும், சுஜியும் அங்கிருந்தனர். அவர்கள் வீட்டு முற்றத்தில் எங்கள் வீட்டைப் போலில்லாமல் தென்னை மரங்களும், எப்போதும் காய்போட்டுக் கிடக்கும் கொய்யா மரமும் உண்டு.

"வீடு பிடிச்சுருக்கா மருமகனுக்கு? உனக்குத் தான்.. எம்மவள மட்டும் கெட்டுனாப் போதும்," என்று மாமா என்னைச் சீண்ட அத்தையின் கால்களுக்குப் பின் நாணி நிற்கும் சுஜியைப் பார்க்க கூச்சமாக இருக்கும்.

மாமா அத்தையை திருமணம் செய்த அன்று சுஜி, அஜியுடன் நாங்கள் அனைவரும் தேவாலயத்திற்குச் சென்றிருந்தோம். அன்று தான் சுஜி அஜியின் ஞானஸ்தானமும் நிகழ்ந்தது. திருமணப் பூசையில் மாமாவும் அத்தையும் மூன்றடி உயர சிலுவையைச் சுமந்தபடி நிற்பதைப் பார்ப்பதற்கே வேடிக்கையாக இருந்தது. மாமா கடுகடுவென இருந்தாலும், அத்தை மலர்ந்த முகத்துடன் இருந்தாள்.

திருச்சபைக்கு எதிராக மணம் புரிந்து கருத்தரித்த பின் கிறிஸ்துவத்திற்குத் திரும்புகிறவர்கள் தங்கள் பாவத்திற்காக செய்யும் பிராயச்சித்த சடங்கு அவர்கள் மணநாளில் சுமக்கும் சிலுவை. அவமானத்தின் அடையாளம்.

இரு வீட்டாரின் நெருங்கிய உறவுகள் மட்டும் கலந்து கொண்ட திருமணம் என்றாலும், கிண்டலான குசுகுசுப்புகள் எழாமல் இல்லை. இப்போது யோசித்துப் பார்த்தால் எல்லாம் அப்புப்பாவிற்காக (அம்மாவின் அப்பா) இருக்கலாம்.

'சரஸ்வதியை கட்டலேன்னா கடல்ல விழுவேன்' என்ற மாமாவின் மிரட்டலுக்கு அப்புப்பா பணியவில்லை என்றதும் இருவரும் ஓடிச் சென்று கட்டிக்கொண்டனர். இரண்டு பேரின் குடும்பமும் நாலாபுறமும் தேடுவதறிந்து ஒரு வாரம் கழித்து வந்தவர்களை அம்மா அழைத்துச் சென்று அப்புப்பாவையும், தன் கூடப் பிறந்தவர்களையும் சமாதானப் படுத்தியிருக்கிறாள்.

'வாழ்ந்து கெட்டதா இருந்தாலும் நல்ல குடும்பத்துல தான போய் ஏறியிருக்கா' என்று அத்தையின் உறவினர்கள் ஒருவழியாக நிறைவுற அவர்கள் வீட்டிலும் சேர்த்துக் கொண்டனர்.

வருமானத்தில் அப்புப்பாவின் குடும்பத்தின் அளவிற்கு நிரந்தரம் இல்லையெனினும் அத்தைக்குப் பின்னிருந்த இரண்டு மகன்களையும் மூன்று கொமறுகளையும் பொருட்படுத்தாது தன் வீடு தவிர்த்து, இருந்த பதினைந்து சென்ட் நிலத்தையும் அத்தையின் பெயரில் எழுதி பத்திரத்தை மாமாவின் கையில் கொடுத்து மீசையை ஒதுக்கிக் கொண்டார் அத்தையின் அப்பா.

திருமணத்திற்கு பின் அத்தையின் பெயர் 'லில்லி'யானது.

'மூத்தவன், தான் திருமணமாகாமல் இருக்கும்போது வேறு ஜாதிப் பெண்ணை கட்டிக்கொண்டான், தனக்கு அடுத்திருக்கும் தங்கைகளின் வாழ்க்கையைப் பற்றிய அக்கறையில்லாதவன்' என்ற பெரிய மாமாவின் பராதியை பெரிதாக எடுத்துக் கொள்ளவேண்டாம் என்று அம்மா அத்தையை சமாதானப்படுத்திக் கொண்டிருந்த ஒரு பிற்பகலில் நான் அத்தையின் மடியில் படுத்திருந்தேன்.

நான் தூங்கிவிட்டதாக எண்ணி, "பெரியவருக்கு என் மேல வேறக் கோவம். கல்யாணத்துக்கு முந்தி நான் அறிவொளி வவுப்பு எடுக்கப் போயிட்டு இருந்தேன். ஒருநா.. இவரு பெட்டிக்கடையோரமா சிகரெட் பிடிச்சுட்டு நின்னாரு.. பெரியத்தானாச்சேன்னு சிரிச்சேன். அன்னைல இருந்து கரெக்ட்டா நான் வர்ற நேரம் ஆஜர் ஆகிருவாரு.. பாவமா இருக்கும்," என்றாள் அத்தை.

“அடிக் கள்ளி,” என்று அம்மா அத்தையின் தோளைப் பிடித்துத் தள்ள, பாளையுள் வெடித்துச் சரிந்த தென்னம் பூவாட்டம் சிரித்துக் கொண்டனர்.

சீதனம் கிடைத்த நிலத்திலேயே அடக்கமாக ஒரு வீட்டைக் கட்டிக் கொண்டார் மாமா. பால்காய்ப்பிற்கு பாதிரியார் வந்து புனித நீர் தெளித்து வீட்டை ஆசிர்வதித்தார்.

வருஷங்கள் போகப் போக மாமா முத்தாரம்மன் கோவிலில் பங்குத் தொகை கட்டிக் கொண்டிருக்கிறார், அத்தையின் ஊர்க் காரர்களுடன் வேன் பிடித்து மண்டைக்காடு பகவதியம்மன் கோவில் கொடைக்குச் சென்று பலிச் சோறு உண்கிறார் என்று வந்த செய்திகளும், வயது வந்த தங்கை வீட்டில் இருக்க, தன் கொழுந்தியின் திருமணத்தை மாமா முன்னின்று நடத்திய நிகழ்வும் அத்தையின் மீது கோபத்தையும் குடும்பங்களுக்கிடையே கொஞ்சம் கொஞ்சமாக விலகலையும் கொண்டு வந்திருந்தது.

இப்படியிருக்க, ஒரு நாள் எங்கள் வீட்டிற்கு அஜியை கூட்டிக் கொண்டு வந்த அத்தை கூடத்தில் அமர்ந்து அழுது கொண்டிருந்தாள். சிறிது நேரம் கழித்து அவர்கள் பின்னாலேயே வந்த மாமா, “என்ன அவமானப்படுத்தனும்னே அலையிரியா?” என்று அடிக்கப் பாய்ந்தார்.

“விடுடா தொட்டிப்பயல,” என்று இடை செருத்த அம்மா, “போய் அப்பாவையும் பெரிய மாமாவையும் கூட்டிட்டு வா,” என்று என்னையும் அஜியையும் அனுப்பினாள்.

“என் மானத்தை வாங்கிட்டு அலையிகா புண்டச்சி மொவா”

“அந்தப் பலவட்ரய தூக்கி மடிக்குள்ள இருத்தும் போது மானம் எங்கப்போச்சி?” என்று மூக்கைச் சிந்தினாள் அத்தை.

“இவக்கு வட்டு அளியா.. எதுக்கெடுத்தாலும் சந்தேகம்,” என்று அப்பாவிடம் கருவிக் கொண்டிருந்த மாமாவை சமாதானப்படுத்தி மூவரையும் வீட்டிற்கு அனுப்பிவைத்தனர்.

“இவளச் சொல்லணும்.. அக்கா, மைனி, கொழுந்தின்னு கண்ட நாய்வள வீட்டுக்குள்ள கூட்டியடைச்சுட்டு இப்போ வந்து ஒப்பாரி வைச்சா,” என்று தன் தம்பியை நியாயப்படுத்திக் கொண்டு அப்பாவிற்கு இரவு சோறு விளம்பினாள் அம்மா.

ஒரு புதன்கிழமை, பள்ளியில் மதிய உணவு இடைவேளைக்கு வீட்டிற்குச் சென்று வந்த நண்பன், “மக்கா, உங்க அத்தை வீட்டுல ஏதோ பிரச்சனை போலிருக்கு.. போலீஸெல்லாம் வந்து நிக்குது,” என்றான்.

மாலையில் பள்ளி விட்டுவந்த என்னையும் தம்பியையும் பெரிய மாமா சைக்கிளில் அத்தை வீட்டிற்கு அழைத்துச் சென்றார். அவர் முகம் கருத்து கலங்கியிருந்தது.

பள்ளிச் சீருடையில் இருந்த சுஜியையும் அஜியையும் மடியில் இருத்தி அத்தையின் அம்மாவும் தங்கைகளும் அழுது கொண்டிருந்தனர். வீட்டிற்குள் இருந்து கரிந்த பிளாஸ்டிக் நாற்றம் எடுத்தது. வீட்டுச் சுவற்றில் தார் உருக்கி ஊற்றியது போல அங்கிங்காக கருந்திட்டுகள். அவற்றில் அத்தையின் சேலைத் துண்டுகள் ஒட்டியிருந்தன. மாமாவும் சிலருமாக ஒரு சவப்பெட்டியைக் கொண்டு வீட்டு முற்றத்தில் இறக்கினார்கள். கடைசிவரை திறக்கவேபடாத அச்சவப்பெட்டிக்குள் அத்தை இருப்பதாக சொன்ன அம்மா எங்களிடம் தொட்டு முத்தச் சொன்னாள்.

துஷ்டிக்கு வந்திருந்த எங்கள் உறவினர்களில் சிலர், “சர்ச்சுக்கு தூக்கிட்டுப் போனா தெம்மாடிக் குழியில இல்லா இறக்குவாங்க. அதவிட குடும்பத்துக்கு கேவலம் உண்டுமா,” என்று கவலைப்பட்டுக் கொண்டிருந்தனர்.

திருச்சபையின் கிறிஸ்துவ வழிகாட்டுதலுக்கு எதிராக வாழ்ந்தவர்களையும், இறந்தவர்களையும் தான் தெம்மாடிக் குழியில் புதைப்பார்கள். தற்கொலை கிருஸ்துவத்திற்கு எதிரானது.

இறுதியாக அத்தை வளர்த்து விட்ட தென்னை மரத்தின் மூட்டிலேயே அவளைப் புதைப்பது என்று முடிவெடுக்கப்பட்டு குழி பறிக்கப்பட்டது.

ஒரு கரையோடு இடிந்தமர்ந்திருந்த அத்தையின் அப்பா திடீரென பெருங்குரலெடுத்து ஓடி வந்து மாமாவின் சட்டையைப் பிடித்தார். “மலையாளத்தான் வேண்டாமுன்னு சொன்னனே கேட்டாளா..தேவிடியாமொவன்எம்மொவளகொன்னுட்டானே,” என்று அழ அத்தையின் சொக்காரரர்களுக்கும் எங்கள்

உறவினர்களுக்கும் இடையே சிறிது நேரத் தள்ளுமுள்ளானது.

அத்தையின் தம்பிகள் இருவரும் அவர்களை விலக்கினர். "அத்தான் மேல கை வைச்சீங்கன்னா நடக்கது வேற," என்று கத்தினர். மாமா சவப்பெட்டியை கட்டிப்பிடித்தபடி அமர்ந்திருந்தார்.

3

டைமரில் பீப்.. பீப் என்ற ஒலி ஓட்ஸ் தயார் ஆகிவிட்டதை உணர்த்தியது. வெந்த ஓட்ஸ் கஞ்சியை வெளியெடுத்து நறுக்கிய ஆப்பிள் துண்டுகளைப் போட்டு ஜெனிக்குப் பிடித்த பட்டைத் தூளை மேலாகத் தூவி உணவு மேசையில் கொண்டு வைத்தேன்.

பொடிசு எழுந்தால் கெலாக்ஸ் இருக்கிறது, பார்த்துக் கொள்ளலாம் என்று திட்டம் வகுத்துக் கொண்டேன்.

உள்ளிருந்து "ஒரு நிமிஷம் இங்க வாயேன்" என்று குரல் கொடுத்தாள் ஜெனி. மொடமொடப்பான காட்டன் புடவையின் முந்தானை மடிப்பை கையற்ற தன் ரவிக்கையில் குத்திக்கொண்டு, "இந்தப் பிளீட்ட கொஞ்சம் பிடிச்சுவிடேன் பிளீஸ்," என்றாள்.

வெகு நாட்களுக்குப் பிறகு சிரத்தையாகக் கட்டியிருக்கும் சேலையில் கொள்ளை அழகாகத் தெரிந்தவளை முழந்தாளில் நின்று வயிற்றுச் சேலையை விலக்கி முத்தம் பதித்தேன். "பொறுக்கி," என்று சிணுங்கியவள் கன்னத்தைப் பிடித்து கிள்ளிக்கொண்டு, "ராத்திரியானா ஊர் சுத்திட்டு லேட்டா வர வேண்டியது," என்று தொடங்க, எழுந்ததும் தணிந்த எரிச்சலில் "பிரேக்ஃபாஸ்ட் ரெடி ஆயிட்டு வா," என்று சாப்பாட்டு மேசைக்கு நடந்தேன்.

அம்மாவிற்கு அழைக்கலாமா என்ற யோசனையில், ஃபோனின் கான்டாக்ட் லிஸ்ட்டை மேலே தள்ளிக் கொண்டிருந்தேன்.

கடைசியாக 'திருமண நாள் வாழ்த்து' வந்த சுஜியின் புதிய எண் கூட இன்னும் சேமிக்கப்படவில்லை. இப்போது தான் உறைக்கிறது. நுனி நாக்கை கடித்துக் கொண்டேன்.

எத்தனையோ முறை திருவனந்தபுரம் விமான நிலையத்தில் போய் இறங்கிதான் கன்னியாகுமரிக்கு யாத்திரை

செய்திருக்கிறேன். இருந்தாலும், சுஜி வீட்டிற்குச் சென்று அவள் குழந்தையும், கணவனுமாகக் கண்டு நலம் விசாரிக்க வேண்டும் என்று ஏனோ தோன்றியதில்லை. ஒருவிதத் தயக்கம்.

அத்தை இறந்த பின்னர் எல்லா கிறிஸ்மஸுக்கும் மாமா, சுஜி, அஜியோடு எங்கள் வீட்டிற்கு வந்துவிடுவார். அன்று அவர் தான் கறி எடுப்பார். "மருமகன் சொல்லு கேட்கட்டு, இன்றைக்கு என்ன கறி எடுக்கலாம்?" என்று அபிப்ராயம் கேட்கும்போது சுஜி உதடுகளில் வெட்கச் சிரிப்படக்கி நிற்பாள். வரும்போதெல்லாம் எங்கள் வீட்டு வேலைகளை இழுத்துப் போட்டு செய்வாள்.

பஜாரில் இருந்த கடையை விற்ற மாமா கை வியாபாரியான பின் அஜியும் சுஜியும் மேல் படிப்பைத் தொடரவில்லை. பிளஸ் டூ-வோடு நிறுத்திக் கொண்டனர். சுஜி வீட்டை கவனித்துக் கொள்ள, அஜி அத்தை வழி சொந்தம் ஒருவருடன் இணைந்து கேபிள் டீ.வி. டீலரானான்.

அத்தை இறந்து பத்து வருடங்களுக்குப் பிறகு வந்த டிசம்பரின் முதல் வாரத்தில் நெஞ்சு வலி கண்ட மாமாவை ஆசாரிப்பள்ளம் மருத்துவக் கல்லூரியில் கொண்டு சேர்த்தோம். செவிலியர்களும் மருத்துவரும் பதற்றமாக சுற்றி நின்ற சூழலிலும் கண்ணாடிக் கதவின் பின் நின்று அழுது கொண்டிருந்த அம்மாவையும் என்னையும் கை சைகையால் அழைத்தார். 'சத்தியம் எதும் வாங்கவாக இருக்குமோ' என்று நான் கலங்கத் தொடங்கிய சில நிமிடங்களிலேயே அடங்கிவிட்டார்.

"எவ்வளவு செய்தாலும் இரண்டு பேருக்கும் ஒரு நிறைவு கிடையாது" என்கிற சொந்தங்களின் முணுமுணுப்போ, "செய்தது வரை போதும்" என்கிற எண்ணமோ, அஜியும் சுஜியும் தூரமாகினர்.

என் திருமணத்தன்று மூக்கு முட்ட குடித்து வந்த அஜி, சாப்பாட்டுப் பந்தியில் தகராறில் ஈடுபட்டு நாறடித்தான். விலக்கச் சென்ற அப்பாவையும் மரியாதை குறைவாகப் பேசவே அம்மா சுஜியிடம் சென்று வெடித்தாள். அஜியை கன்னத்தில் அறைந்து இழுத்து வந்த சுஜி, விழா முடியும் வரை அருகிலேயே பிடித்து இருத்திக் கொண்டாள்.

ஆரஞ்சுப் பழச் சாறோடு பிரேக்ஃபாஸ்ட்டை முடித்தெழுந்த ஜெனி, உதட்டில் மென் முத்தம் தந்து "லஞ்சுக்கு வந்துடுவேன்," என்று கிளம்பவும் அம்மாவிடம் இருந்து அழைப்பு வந்தது.

"எத்தனை வாட்டி கூப்பிடறது டா?" அம்மாவின் குரலில் கோபம் கலந்த படபடப்பு.

"வேலையா இருந்தேம்மா"

"உன் சின்ன மாமா கனவுல வந்தான்டா. அஞ்சு மணி ஆயிடுச்சு, பால் காரன் வந்துருப்பான்னு கதவத் தொறக்கேன். சின்னப் பிள்ளையா இருக்க ஒன்ன கைல தூக்கி வைச்சு விளையாட்டு காட்டிட்டு வாசல்ல நிக்கான்."

"நல்ல பசிக்குதுக்கா, மீங்கறி வைச்சு சோறு தான்னு கேட்டான். அய்யோ இன்னும் உலை கூட வைக்கலியேன்னு நினைக்கவும் முழிப்புத் தட்டிடுச்சு. சொப்பனம் தான்னு மனசுக்குத் தெரிஞ்சாலும் உடம்பு கொஞ்ச நேரத்துக்கு புல்லரிச்சு நின்னுடுச்சு," என்று அதிசயித்தாள்.

நானும், கனவில் மாமா வந்த கதையைக் கூறவே, உடைந்து அழத் தொடங்கினாள்.

"இதே மாசம் தான் அவன் இறந்தான். அவன் செத்த நாள நினைவு வைச்சு பூச சொல்லதுக்கோ, ஆத்மாக்கள் நாள் வந்தா அவன் கல்லறைல ஆரம் வாங்கிப் போட்டு, ஒரு துண்டு மெழுகுத்திரி ஏத்தி வைக்கவோ யாரு இருக்கா?"

"வந்த வழி மறந்தாச்சு. எல்லார்க்கும் அவரவர் பாடு தான முக்கியம். அவன யாருக்கும் வேண்டாம்" என்று விசும்பினாள். உள்ளுள் தைத்துத் தறித்தது எனக்கு.

"கிறிஸ்மஸுக்காச்சும் நீ ஊருக்கு வந்தான்னா அஜியையும் சுஜியையும் பிள்ளைகளை கூட்டிட்டு வீட்டுக்கு வரச் சொல்லுவோம். மாமாவை நினைச்சு அன்றைக்கு எல்லாரும் சேர்ந்து சமைச்சு சாப்பிடலாம் என்ன?"

சுஜி வருவாளா? நினைத்துக் கொண்டேன். "பாக்கிறேன் மா," என்றேன்.

"எப்பவாச்சாதும் அஜிட்ட போன் பண்ணி பேசுடா.. பார்க்கும்போதெல்லாம் உன்னக் கேட்பான்"

அம்மாவுடனான அழைப்பைத் துண்டித்ததும், என் ஃபோனின் தொடர்புப் பட்டியலில் அழைக்கப்படாமல் அழிய சேர்ந்து கிடக்கும் நூறு கூட்டம் எண்களுக்கிடையே அஜியைத் தேடத் தொடங்கினேன்.

"ம்பா... ம்பா..." கனவில் அரற்றும் பொடிசின் குரல் கேட்டது.

கொலைப்பசி

1

“மயிறு வேய், மத்தவ வீட்டுக்குள்ள ஏறிட்டானான்னு மட்டும் பாத்து சொல்லும். ஓம்மர ஒன்னும் கூட்டுச்சேக்கல” என்றவாரே தூக்கிக் கட்டியிருந்த லுங்கியை நான்காவது முறையாக உயர்த்தி முன்னால் இருந்த திருகுக் கள்ளி வேலியின் மேல் மூத்திரம் பெய்யத் தொடங்கினான் இளங்கோ.

இடது காதிற்கும் தோள் பட்டைக்கும் இடையில் நசுங்கிக் கொண்டிருந்த செல்போனில் மின் விசிறியின் டக டக சத்தமும், கிரீச் என்று கதவு திறக்கும் ஓசையும் கேட்டுக் கொண்டிருக்கவே, இரண்டு மணி நேர தேய் நிலவின் ஒளிக்கு பழக்கப்பட்டிருந்த கண்களால் நனைந்து கொண்டிருந்த திருகுக் கள்ளியினை உற்றுப் பார்த்தான் .

கள்ளியின் நடுத் தண்டின் மேலே அவன் வயிற்றை நோக்கியிருந்த கிளையின் நுனியில் சிறு கொத்துகளாக கருஞ்சிவப்பு மொட்டுகளும், வெண்ணிற நட்சத்திர துணுக்குகளாக அங்கொன்றும் இங்கொன்றுமாக கள்ளிப் பூக்களும் தெரிந்தன. கிளையின் மையப் பாகத்தில் சாம்பல் பழுப்பு நிறத்தில் ஓணான் குட்டியொன்று கால்களை தொங்கவிட்டபடி தூங்கிக் கொண்டிருந்தது. அதன் மீது பாயவிருந்த மூத்திரத் திசையை சட்டென்று மாற்றி ஆசுவாசப்பட்டுக்கொள்ளவே எதிர்புறத்தில் போன் ரிஸீவர் அசையும் இரைச்சல் கேட்டது.

“குமாரி வீட்டுக்க வெளில தாம்ல அவன் புல்லட்டு நிக்குவு” சன்னமான குரலில் சொன்னான்.

“நாய்க்குப் பெறந்தேனுக்க கடைசி ராவுல்லா, ஆச தீர பண்ணட்டும்” என்று மனதிற்குள் கறுவிக் கொண்டு

அழைப்பினைத் துண்டித்தான். நிலவின் சிறு வெளிச்சம் இளங்கோவின் நிறைந்திருந்த கண்களுக்குள் பள பளத்தது.

"என் நெஞ்சு நீருகது ஒனக்குத் தெரியலியா? அவனை முடிச்சுத்தா சாமி. செங்கிடா ஒன்ன கொடையன்னு தாரேன். நாதியத்து இருக்கேன். தொணையா நிக்கணும் என் தெய்வமே"

ஒடுக்கத்து வெள்ளிதோறும் ஊர் எல்லையில் நிற்கும் வெள்ளைக்காரசாமியின் முன் நின்று கண் மூடும் போதெல்லாம் இந்தவொரு வேண்டுதல் தான் கன காலமாக அடிமனதில் ஓலமிட்டுக் கொண்டிருந்தது.

"செய்யுற காரியத்தில தொந்நூத்தொம்பது ஸாமானம் செய்றவனுக்க வெசர்ப்பு இருக்கியனும்ல மொக்கா, அப்ப தான் மேல இருக்கத் தாயிலி போனாப் போதுன்னு பாக்கி ஒன்னையும் தருவினும்.." என்று கண்ணண்ணன் அடிக்கடி சொல்வதை நெஞ்சில் ஓட்டிக் கொண்டு, விறு விறுவென்று நடந்து புளிய மரத்தடியில் நிற்கும் டக்கரில் ஏறி அமர்ந்தான்.

எப்போது வேண்டுமானாலும் சப்ளி வந்து விடுவான். இதயம் காதுகளில் துடிக்கத் தொடங்கியது. மிக மெதுவாகக் கடந்து கொண்டிருந்த கணங்கள் தலைக்குள் கஞ்சா லகரியாக பெரு பெருத்தது.

சப்ளிக்காக வாங்கியிருந்த மார்ப்பியஸ் பிராந்தி புட்டி, பரோட்டா, கொத்துக் கோழி, செவனப் போத்தல், தண்ணி பாக்கெட், மட்ட ஊறுகாய் இருந்த பையினை கைகள் அனிச்சையாக தடிவியபடி இருந்தன.

கால் ரோமங்களில் துளிர்விட்ட வியர்வைத் துளிகள் பாதங்களை நோக்கி உருண்டு கொண்டிருக்க, உள்ளங்கால்களின் காய்ப்பையும் தாண்டி பிசு பிசுத்த ஈரத்தில் செருப்பு வழுக்கிச் செரப் படுத்தவே கழட்டி டக்கருக்குள் போட்டுக் கொண்டு தரையில் இறங்கி நின்றான்.

தேரி மணலின் குளுமை உடலில் ஏறி உதறல் எடுக்கவே, டேஷ் போர்டில் கிடந்த சிகரெட்டை எடுத்துப் பற்றவைத்தான்.

நெஞ்சுக்கூட்டுக்குள் இறங்கிய உஷ்ண மூச்சு உள்ளில் "இதெல்லாம் வேணுமா.. விட்டுரலாம்" என்று மன்றாடிக்

கொண்டிருந்த ஈனக் குரலை மவுனமாக்கி, மறக்க முடியாத அந்த இரவை நினைவூட்டியது. காதுகளில் கண்ணீர் நிறைத்த ராத்திரியை, இளங்கோவின் முன் தலை வகிட்டில் கலைந்திருந்த முடிக்கற்றையை சரிசெய்தபடி சந்திரன் பேசிய வார்த்தைகளை, கூட இருந்த அவன் சிங்கிடியின் நளிச் சிரிப்பை

"ஹீரோ மாதிரி தாம்டே இருக்க"

"குமாரிய லவ் பண்ணுறியோ, பிளே?"

"உன்னத் தான் கட்டுவாளாம"

"நீயும் அவளத்தான் கட்டணும் கேட்டியா பிளே.."

"அவளுக்க மொலையும், குண்டியும்..ஹ்..ஹ்..ஹாங்.. சும்மாச் சொல்லக் கூடாது, நாலு ஷிப்ட்டு கண்டினூஸா.." என்று கண்ணடித்தான்.

தொண்டைக் குழியில் நின்ற புகையினை வேகமாக ஊதித் தள்ளி, காரி உமிழ்ந்தான். ஒரு கணம் கண் மூடி 'எல்லாம் நல்ல படியா நீ தான் நடத்தித் தரணும்' வெள்ளைக்காரச் சாமியை நினைத்த படி தன் நடு நெஞ்சைத் தொட்டு முத்தினான்.

2

சந்திரனுடன் சேர்ந்த வெகு விரைவிலேயே துடியான சிங்கிடிகளில் ஒருவனாக முன்னேறி நாகர்கோயில் சப்ஜெயிலுக்கு முதன் முறையாக சென்று திரும்பிய சப்ளி, இளங்கோவைக் கூட்டிக் கொண்டு பொத்தையடியில் இருக்கும் சந்திரனின் தோப்பிற்குள் நடந்தான்.

கோழி வறுவல், ஆட்டுக் குடல் துவரன், தலைக் கறி கூட்டு, அயில மீன் மிளகு குழம்பில் ஊறிய மரச்சீனி கிழங்குக் குவியல் என படையல் இடப் பட்டிருந்த வாழை இலைகளைச் சுற்றி அமர்ந்திருந்த சிங்கிடிகளின் கையில் கள் கலயங்கள் இருந்தன. எக்காளமும் சிரிப்பொலியுமாக ஒரே கும்மாளம்.

அவர்களினூடே அமர்ந்திருந்த சந்திரன் கடும் பச்சையில் வெள்ளிக் கோடிழைத்த கைலி அணிந்திருந்தான். சட்டை அணியாத வெற்று உடம்பில் தங்கச் சங்கிலி ஆட சிரித்துக் கொண்டிருந்தவன், சப்ளியைக் கண்டதும் "வா பிளே" என்று எழுந்து வந்து கட்டிக் கொண்டான்.

காது தொட நிற்கும் தோள்கள், வைரத் துண்டென வெளித் திமிறி நிற்கும் புஜங்கள், குதிரைக் குழம்பையொத்த பின்கை, திரட்சியான முன்கை, பூசினார் போன்ற வயிற்றின் நடுவே ஒற்றை வரப்பென உயர்ந்து, உடம்பில் இருந்து இரண்டு இஞ்ச் வெளித்தள்ளி நிற்கும் நெஞ்சை நிறைத்திருக்கும் ரோமக் கால்கள் என ஆறடியில் குன்றென வளர்ந்து நிற்கும் சந்திரனைக் கண்டு மலைத்து எச்சில் விழுங்கினான் இளங்கோ.

"கண்ணண்ணனுக்க டக்கர் தானப் பிளே நீ ஓட்டுகது"

"ஆமாண்ணே"

"ஓட்டம் உண்டுமா?"

"பரவாயில்ல.. போட் சீஸன்னால கொள்ளாம். ஹார்பருக்கு பதிவு ஓட்டம் கிடைச்சிடும்"

"சீஸன் முடிஞ்சா நம்ம ஃப்போர் நாட் ஸெவன ஓட்ட வந்துற வேண்டியது தான டே. இரண்டுலயும் வட்டு தானப் புடிக்கணும்" என்று சிரித்தான் ஒரு வயதானச் சிங்கிடி.

இளங்கோ பதிலளிக்காமல் நெளியவே, கூட இருந்த சிங்கிடிகள் சிரித்தனர்.

சிறுது நேரத்தில் சப்ளிக்காக தனியே ஒதுக்கி வைக்கப்பட்டிருந்த மதுர கள்ளானது, இளங்கோவிற்கும் சேர்த்து பரிமாறப்பட்டது.

இரண்டு மூன்று கலயங்கள் உள்ளிறங்கியதும், வழக்கமில்லாத வெடிச்சிரிப்புடன் கத்திக் கத்தி பேசத் தொடங்கியிருந்தான் சப்ளி.

ஒன்றாம் வகுப்பில் இருந்தே சப்ளியை இளங்கோவிற்குத் தெரியும். அதிகமாக யாரிடமும் பேசமாட்டான். எல்லாக் கேள்விகளுக்கும் 'ஹி.. ஹி.' என்ற இளிப்பு தான் பதிலாக இருக்கும். சப்ளி கொஞ்சம் சகஜமாக இருப்பது வீட்டில் மேரியுடனும், வெளியில் இளங்கோவிடமும் மட்டும் தான்.

அவனுக்கு சத்தமாகவும் பேச வரும் என்பதே அன்றுதான் அறிந்தான். கள்ளின் வெறி உச்சியில் உறைக்க இருவரின் தலைகளும் தடாகத் தாமரை மொட்டைப் போன்று சன்னமாக ஆடின.

சார்பினோ டாலி

பேச்சின் நடுவே, சிங்கிடிகளில் ஒருவன் சப்ளி அணிந்திருக்கும் பனியனை கழற்றச் சொன்னான். முதுகு, விலாக்களில் வரிப்புலி கணக்காக ஒழுங்கற்ற ரத்தக் கன்றல்கள். "தேவிடியாப் பயக்க" காரி உமிழ்ந்தான் சந்திரன்.

"வாக்கா ஒருத்தன் கிடைச்சாப் போதும், உருக்குலைச்சுட்டு தான் மறுவேல தாயிலியோளுக்கு.. உமியும் உப்புமா வறுத்து துணில கட்டி அடிபட்ட இடத்துல ஒத்தடம் வையி. ரத்தக் கட்டு அப்பிடியே வத்திரும்." என்றான் ஒருவன்.

"உள் ரத்தக் கட்டுக்கு பெஸ்ட் மருந்து மூத்திரமாக்கும். அப்படித்தான மக்கா?" என்று சந்திரனைப் பார்த்து கெக்கலித்தான் கூட்டத்தில் நரை மீசையுடன் இருந்த சீனியர் சிங்கிடி.

"மூத்திரமா.." என்று அருவருத்தான் கூட்டத்தில் ஒருவன்.

"மூத்திரத்த லேசா நெனைச்சுக்கிட்டியோ? அய்யர் மார்வ எல்லாம் தெனம் மாட்டு மூத்திரம் குடிப்பாவ தெரியுமால"

"மாடும் மனுசனும் ஒன்னா வேய்?"

"இவனுக்கு அஞ்சாறு மயிறத் தெரியும். டெல்லில சர்க்காரு மந்திரி ஒருத்தரு சாவுற வர முழிச்ச கண்ணுக்கு மோண்டு குடிச்சிட்டு இருந்த கதத் தெரியுமா?"

"எண்ணோவ், சந்திரண்ணன் கதயச் சொல்லுங்க"

"ஒருக்கா டேசன்ல என்னையும் சந்திரனையும் வச்சு நிமுத்துட்டானுக. மூலையில சுருண்டு கிடந்த நான் லேசா கண்ணு முழிச்சுப் பாக்கேன், சந்திரன் மோண்டுக் குடிச்சுட்டு, அங்கணக்குள்ளையே நூறு தண்டால் சும்மா சக்கு சக்குன்னு எடுத்துக்கிட்டு கையையும் காலையும் கரக்கிட்டு நிக்கான். அதுக்கப் பெறவு தான சூத்திரம் பிடி கிட்டிச்சு, அது நம்ம கட்ட வைத்தியரோட ரோசனைன்னு..."

"சரியாப் போச்சு... அந்த கட்டத் தாயிலி சொன்னாம்ன்னு ஒருநா கறவ ஆட்டுப் பால்ல இம்பிட்டு காந்தாரி மொளவ அரைச்சு விட்டுக் குடிச்சேன். மறுநா வெளிக்கிருக்கேல தீப்பத்தியெரிஞ்சது தான் மிச்சம்" என்று சிங்கிடிகளில் ஒருவன் சொல்ல, சப்ளி வயிற்றைப் பிடித்துக் கொண்டு சத்தமாக சிரித்துப் புரண்டான்.

“சார்லஸு, பாறசாலக்காரி அம்மிணிக்கு ஒந் தேட்டமாவே இருக்குவாம்” என்று சப்ளியை நோக்கி ஒரு சிங்கிடி கண்ணடிக்க இளங்கோ துணுக்குற்றான்.

“சந்திரண்ணே இதக் கேட்கணும், கொறய தேரமாச்சேன்னு போய் படில கால் குத்தலை.. உள்ளேயிருந்து ஒரே நெலவிளி.. பிறகில்லா சங்கதி பிடி கிட்டுனது.. சேட்டனுக்க கொக்கிப் புடுக்கு கத” என்று அவன் கண்ணடிக்க கூடியிருந்தவர்கள் ஆர்ப்பரித்தனர்.

கூடச் சிரித்துக் கொண்டிருந்த இளங்கோ “சார்லஸ் மாதிரி கோம்பயனுக பெண்ணு கெட்டுகது கஷ்டம் தான் பாத்தியா” என்று அவனுக்காக பரிதாபப்பட்ட குமாரியை நினைத்துக் கொண்டான்.

3

சந்திரன் ஆளுங்கட்சியின் வட்டச் செயலாளர். அரசியல்வாதி ஆனதில் இருந்து அடி தடி, கட்டப் பஞ்சாயத்து, திருட்டு மணல் அள்ளுதல், ஸ்பிரிட் கடத்தல் போன்ற பிரதான தொழில்களில் தனக்கிருந்த அடையாளங்களை மாய்த்து பஞ்சலிங்கபுரம் தாலியறுத்தான் காய்கறிச் சந்தையின் குத்தகை எடுப்பதிலும், பிளேடு தொழிலிலும் வன் கையாக மாறிப்போனான்.

ஒரு காலத்தில் கொடிகட்டிப் பறந்து கொண்டிருந்த கண்ணன் அண்ணன் பழையதானார். கன்னியாகுமரி பஜாரில் கை வியாபாரி தொடங்கி லாட்ஜ் முதலாளிகள் வரை அவனிடம் வட்டிக்கு வாங்காதவர்கள் என்று யாரும் இல்லை. சன் செட் பாய்ன்டில் இருக்கும் மாலை நேரக் கடைகளில் ஏழு அவனுடையதே.

பீடி, சிகரெட், குடி, சூது என்று எந்தப் பழக்கமும் கிடையாது. பெட்டைக் கிறுக்கு மட்டும் தான், ஆனால் அதுவும் சந்திரனைப் பொருத்தவரையில் கெட்டப் பழக்கமில்லை.

உள்ளபடியே சொல்வதானால், கொத்த வேலையில் இருந்து நின்று கொண்ட சப்ளி சந்திரனிடம் சேர்வதற்கு ஒருவகையில் காரணமாக இருந்தது இளங்கோ தான்.

இளங்கோவின் சிபாரிசின் பெயரில், சன் செட் பாய்ன்டில் இயங்கும் பரோட்டா ஸ்டால் ஒன்றில் சேர்வதற்கு சென்ற சப்ளியை "போன வருஷப் பொறப்புல கீழத் தெருக்காரனோட மண்டைய ஒடைச்சவன் தான பிளே நீ?" என்று சந்திரன் கேட்க.

"ஹி..ஹி." என்று தலை குனிந்து நின்றான் சப்ளி.

"தூக்கி அடிச்ச செங்கக் கட்டி பயலுக்கக் கைல இருந்து செம்மண்ணால்லா சிந்திச்சு," என்று கண்கள் விரிய நினைவு கூர்ந்தான் அருகில் பார்சலோடு நின்று கொண்டிருந்த சிங்கிடி ஒருவன்.

கவிழ்த்து வைக்கப்பட்ட தோசைக் கல் போன்று குவிந்திருந்த சப்ளியின் இரண்டு நெஞ்சிலும் செல்லமாகக் குத்தி, " பார் விளையாடுவியோ பிளே?" என்று சந்திரன் பாராட்டிய ஸ்நேகிதம் பிடித்துப் போக சிங்கிடிகளின் கூட்டத்தில் மெதுவாகச் சேர்ந்து கொண்டான்.

4

"தின்ன சோறுக்கு நன்னி மறந்த பெய, இனி வெளிக்கிருக்க குண்டிய தூக்கும் போதெல்லாம் நம்ம ஓர்ம வரணும்லாண்ணே," என்ற சிங்கிடிகளின் கெக்கலிப்பும், "தேயிலிக்க சிலுவை தொங்குற காத அறுல," என்ற சந்திரனின் கத்தலும் பச்சைப் புண்ணாக உள்ளுள் நீறிக்கொண்டிருந்தது சப்ளிக்கு. அழுகையும் பற்கடிப்புமாய் நரகத்தில் கிடந்தான்.

மொத்தம் நூத்தியெட்டு தையல்கள். அவற்றுள் பக்கத்திற்கு நான்கு வீதம் இரண்டு புட்டமும் அடக்கம். அறிந்து எடுக்கப்பட்ட காது சோணை நீங்கலாக உடல் முழுவதும் ஒரு இஞ்ச் ஆழத்தில் நொங்கு சீவும் குறுவாளால் கொத்தப்பட்டு தூக்கியெறியப்பட்டவன் கோட்டார் பெரிய ஆஸ்பத்திரியில் கண் விழித்த போது இளங்கோவும் கண்ணன் அண்ணனும் நின்று கொண்டிருந்தனர்.

'தூக்கிக் கொண்டு ஆஸ்பத்திரில போட்ட அன்னு தொட்டு இன்னுவரை மொவராசன் கண்ணந்தாம் செலவுக்குத் தருயது. நல்லா இருக்கணும்' என்று பார்க்க வந்தவர்களிடம் எல்லாம் சொல்லி மேரி கண்ணீர் வடித்துக் கொண்டிருந்தாள். முழுதாக

மூன்று மாதங்கள் ஆஸ்பத்திரிக்கும் வீட்டிற்குமாக அலைந்து பத்தியச் சாப்பாடு ஆக்கிப் போட்டு கண்ணும் கருத்துமாக மீட்டெடுத்தாள்.

சப்ளியின் தந்தை ஏசுவடியான் ஊர் சர்ச்சில் மணியடிக்கும் மெலிஞ்சியாக இருக்கிறார். தொடர்ந்து ஐந்து வருடங்கள் உவரி அந்தோணியார் கோவில் தேர்த் தடத்தில் அங்கப் பிரதட்சனம் செய்து கிடைத்த குழந்தைக்கு ‘சார்லஸ்’ என்கிற தன் தகப்பனாரின் பெயரையே ஞானஸ்நானத்தன்று ஆசையாசையாகச் சூட்டினாள் மேரி.

ஐந்தாம் வகுப்பு வரை பள்ளிக்குச் சென்றவன் ஒரு நாள் பள்ளிப் படிப்பை தொடரப் போவதில்லை என்று பிடிவாதமாக மறுத்து விட்டான். மூன்றாம் வகுப்பையும் நான்காம் வகுப்பையும் இரண்டு வருடங்கள் படிக்க நேர்ந்ததும், பள்ளி இன்ஸ்பெக்ஷனில் கடைசி பெஞ்சுக்கு துரத்தப்பட்டதும், மற்றவர்களை விட கூடுதலாக தனக்கு பிரம்படி விழுந்ததும், சோட்டுப் பிள்ளைகளின் கேலியும் தான் சார்லஸின் அந்த முடிவுக்குக் காரணம்.

பேச்சு வழக்கில் உள்ள சிறு சிறு தர்க்கங்களோ, எளிய பெட்டிக்கடைக் கணிதமோ அவனுக்கு மெதுவாகவே பிடிபடும். கடைத் தெருவிற்குப் போவதாய் இருந்தால் ஒன்றில் வாங்க வேண்டிய பொருளுக்கான சரியான பணத்தை தெரிந்தவர்கள் மூலம் எண்ணி கையில் வைத்திருப்பான் அல்லது “எனக்கு அவ்ளவா எண்ண வராது, மீதியை தாள்ல எழுதித் தாங்க” என்று பின்னந்தலையைச் சொறிந்து நிற்பான். தெரியாத கடைக்காரர் என்றால் தருவதை வாங்கி சோப்பில் வைத்து விட்டு இடத்தைக் காலிசெய்து விடுவான். ஊர்காரர்களுக்கு அசட்டுக் கோம்பப் பயல்.

இப்படியே போனால் கஷ்டப்பட்டுப் போவான் என்று மேஸ்திரி ஆதிலிங்கத்திடம் கொத்தக் கையாளாகச் சேர்த்து விட்டார் ஏசுவடியான்.

5

ஒரு நாள் புலர்ச்சியில், உடுத்தியிருந்த ஈரப் பாவாடைக்குள் தெறிக்கும் நனைந்த முலைகளுடன் அம்மிணி நெருங்கவே

அள்ளிப் புணர்ந்து உதட்டில் முத்தமிட எத்தனித்தபோது அது மேரியினுடைய முகமாக மாற பதறி எழுந்தவன் ஈரக் கைலியுடன் குளத்தில் போய்ச் சாடினான். அன்று தொட்டு மேரியுடனான பேச்சு குறைந்து வீட்டுத் திண்ணையில் தான் உறக்கம்.

சந்திரனுடன் சேர்ந்து தலை திரிந்து நடக்கிறான் என்று வருத்தமுற்ற ஏசுவடியான், தான் மணியடிக்கும் தேவாலயத்தின் அருட்தந்தையைக் கூப்பிட்டு உபதேசித்தும் பலனில்லை என்று தெரிந்ததும் மகனிடம் பேசுவதையே சுத்தமாக நிறுத்திவிட்டார்.

ஆறேழு மாதங்கள் கழித்து வெளியே கிளம்பிக் கொண்டிருந்தவனிடம்,

"யேய்யா, சொன்னாக் கேளு மக்ளு.. இந்தக் கருக்கல்லுல போண்டாம் மோனே. இப்போ தான் தேகம் கெதியடைஞ்சுட்டு வருவு. உள்ளதத் தின்னுக்கிட்டு இங்கனக்குளே படு மக்ளே." என்று தன்னைச் சுற்றிச் சுற்றி வந்து கொண்டிருந்த மேரி வாசல் கதவை அடைத்து நிற்கவே, அவளின் இரண்டு கைகளையும் பற்றி நெஞ்சில் வைத்துக் கொண்டு "எங்கையும் போலட்டி, இப்ப வந்துருவேன்" என்றபடி கதவைத் திறந்தான்.

"சீக்கரம் வா மோனே," என்று செபமாலையை அவன் கழுத்தில் போட்டுவிட்டு வியாகுலத்தோடு சிலுவையிட்டுக்கொண்டாள் மேரி.

6

சிகரெட்டை இழுத்து உறிந்ததில், கங்கு பஞ்சைத் தொட்டு கையைச் சுட்டது. தூக்கியெறிந்து வெறுங்காலால் நசுக்கினான்.

"லேய் ஒன்னுல செய்யுறதுக்குள்ள தண்டேடம் இருக்கணும். இல்லன்னா, தண்டேடம் உள்ளவனுக்க மர்மத்திக் கேறிப் பிடிச்சு செய்ய வைக்கணும் புரியுவா" என்கிற கண்ணன் அண்ணனின் அறிவுரையை மனதில் அசை போட்டுக் கொண்டு வெறித்தபடியிருந்த இருளிலிருந்து நகர்ந்து வரும் நிழலுருவத்தின் நடையில் சப்ளியை அடையாளம் கண்டு கொண்டு சிரித்தான். தன் நடு நெஞ்சைத் தொட்டு முத்திக் கொண்டான்.

சூடு பரோட்டாவில் வெந்த வாழையிலையின் மணத்தை அனுபவித்தபடியே பிய்த்துப் போட்ட துண்டுகளை சால்னாவில்

தோய்த்து வாயில் வைத்தான் சப்ளி. பத்தியச் சாப்பாட்டில் செத்துப் போயிருந்த நாக்கு, தொண்டையெல்லாம் உயிர்பெற்று எரியத் தொடங்கியது. கண்களை துடைத்துக் கொண்டு கப்பில் ஊற்றியிருந்த பிராந்தியை ஒரு மிடர் உள்ளிறக்கினான். மருந்து உள்ளே போனதும் உற்சாகம் தொற்றிக் கொண்டது.

பள்ளிக்காலம் தொட்டு வாழ்வில் சம்பவித்த தமாஷான நிகழ்வுகளை நினைவு கூர்ந்து சொல்லிச் சிரித்தபடி இருந்தான்.

அப்போது இளங்கோவின் சட்டைப் பையில் இருந்த செல்போன் சிணுங்கவே, "கண்ணண்ணன்," என்றபடி காதில் வைத்தான்.

"ஆமாண்ணே.. அதே இடம் தான்," என்று துண்டித்தான்.

"உன்ன அடிச்சிட்டானுவோனு சன் செட் பாயிண்ட் கடைகள்ல அலம்பல் ஆன அன்னு, என்ன எறக்கி விட்டுட்டு எங்க மக்காப் போன?"

"நான்.. நான்.. கண்ணண்ணன் அவசரமா கூப்டாங்கன்னு போனேன் மக்கா" என்று திணறினான்.

"ஹிஹி.. காரியம் ஆவணும்னா யாரையும் வெலி போட்டுருவாம்ல ஒனக்க கண்ணன்"

இளங்கோவிற்கு உள்ளில் நடுங்கியது

"எனக்குத் தெரியும் மக்கா.. எங்கப்பா ஏசும்போதெல்லாம் சொல்லுவாரு தல திரிஞ்சவனுக்கெல்லாம் சாக்காலம் இடையில பாதியாத் தான் இருக்கும்னு"

"சார்லசு மக்கா..."

"இடையில பாதியாக் கூடப் போயிரலாம். கெடைல மாத்திரம் கிடந்து போவக்கூடாது கேட்டியா. ஹி..ஹி.. சந்திரன் அண்ணனுக்கும் அந்த நெலமை வராதே"

"பொற மண்டையில தட்டித் திரிஞ்ச ஊர்க்காரனுவ, சொக்காரமாருவ கண்ணில இருக்கிய பயமோ மருவாதையோ குறையதுக்குள்ள போயிரனும் என்ன மக்கா"

இளங்கோவிற்கு கண்கள் நிறைந்தன. "இதெல்லாம் வேண்டாம் மக்கா, வா வீட்டுக்குப் போயிருவோம்."

“ஒன்னக் கொண்டு ஒக்காத பணிக்குக் கொண்டு எதுக்குல தல வைக்கப் போற? அந்தச் சரக்கு குமாரிக்குச் சுட்டியா?” என்று சிரித்தான்.

இளங்கோ எதுவும் சொல்ல முடியாமல் ஸ்டியரிங் வளையத்தை சுரண்டிக் கொண்டிருந்தான். நெஞ்சில் யாரோ ஏறி நிற்பது போல இருந்தது.

“நான் பாத்துக்கேன், நீ நிக்காண்டாம் இங்க” என்று இளங்கோவை விரட்டினான். போனைப் பிடுங்கி வைத்துக் கொண்டான்.

ஒரு சிகரெட்டை எடுத்துப் பற்ற வைத்துக் கொண்டு இளங்கோ வண்டியைக் கிளப்ப “ஒரு நிமிசம் நில்லுல,” என்று அருகில் வந்தவன் அவன் வாயில் இருந்த சிகரெட்டைப் பிடுங்கி ஆழமாக ஒரு இழுப்பு இழுத்தான். “அப்பப்போ எங்கம்மைய ஒரு கண்ணு போய்ப் பாத்துக்க மக்கா, பாவம் என்னையத் தேடுவா” என்று விட்டு திரும்பிப் பார்க்காமல் இருட்டுக்குள் போய் மறைந்தான்.

கோவில் முன் நிறுத்திய வண்டியில் இருந்த இளங்கோ, “சார்லசு பத்திரமா திரும்பி வரணும் சாமி” என்று ஒரு கணம் மனதிற்குள் வேண்டி நடுநெஞ்சைத் தொட்டு முத்தியதை சர விளக்கொளியில் பார்த்துக் கொண்டிருந்த வெள்ளைக்காரச் சாமி நிர்ச்சலனமாக சிரித்தபடி நின்றார்.

7

மறுநாள் டீக்கடை, முடிவெட்டும் கடையென திரும்பும் இடமெல்லாம் சந்திரனின் கொலை பற்றிய ஓரே பேச்சு.

“விடிய விடிய கள்ளக் கோழி பிடிச்சுக்கிட்டு வந்தவன, வண்டியோட சரிச்சு கூட்டமா சேர்ந்து வெட்டிருக்கானுவோ.”

“மெயின் ஆளே யேசுவடியானுக்க மொவன் தானாமே.”

“சந்திரனுக்க ஒரு அடிக்கு தான இவன் உண்டு! பெறகு, எப்படியாக்கும்?”

“அவுந்த கைலிய அள்ளிப்பிடிச்சிண்டு ஒத்தக் கையால செறுத்தா அருவா நிக்குமா? தீத்துப் போட்டானுவோ.”

அச்சம்பவத்திற்குப் பின் தலை மறைவான சப்ளியை, காவல் கிணறு போகும் வழியில் இருக்கும் ஒரு காட்டுப் பகுதியில் அழுகிய நிலையில் பிணமாக அடையாளம் காட்டிவிட்டு வந்தார் ஏசுவடியான்.

அடுத்து வந்த கோவில் கொடை நாளில் ஒரு செங்கிடாவை வெள்ளைக்காரச் சாமிக்கு பலியிட்டு இளங்கோவும், குமாரியும் தம்பதிகளாக வணங்கி நின்று நேர்த்திக் கடன் செலுத்திச் சென்றனர்.

ஜூலி

1

பேரமைதியுடன் நீண்டு கிடந்த அக்கடற்கரையில் ஜூலி தனியே உறங்கிக் கொண்டிருந்தாள். நீரில் வெளிச்சக் கீற்றாக மின்னிக் கொண்டிருந்த வெய்யில் மணலில் நெருப்பாக தகித்துக் கொண்டிருந்தது. ஊதா நிற குவளைப் பூக்களைச் சுமந்தபடி அடைத்துப் பிடித்துப் பின்னிக் கிடக்கும் பசுங் கொடிகளுக்கு இடையே எழுந்து நிற்கும் எருக்கஞ் செடி மூட்டினடியே அவள் கிடந்தாள். அடியில் எனில் ஆழத்தில் மீளா நித்திரைக்குள் விழுந்து கிடந்தாள்.

அடித்துப் போட்டதைப் போன்ற உடல் அசதியும், ரிஜோவின் மடிச் சூட்டின் கதகதப்பும், உச்சியை வருடும் விரல்களின் மென் ஸ்பரிசமுமாய் சொக்கிக் கிடந்தாள். வெறுமனே இமைகளை மூடி நடிக்கும் கள்ள உறக்கம். விழித்தால் கீழே இறங்க வேண்டும். இறங்க பயம், நினைத்தவுடன் ஏறிப் படுக்க முடியாதே.

நாசியில் மாமிசம் அவிக்கும் வாசனை துளைக்கிறது. மேர்ஸிக்கும் தன்னைப் பிரிந்த வாட்டம் இருக்காமலா இருக்கும். மேர்ஸி ரிஜோவின் அம்மா. எஜமானி, அன்ன மாதா.

மஞ்சள் மணக்கும் கறியை ஜூலிக்குப் பிரியமான பெடிக்ரி உலர் உணவில் கலந்து கமகமக்க கொண்டு வைப்பாள். உணவு விளம்பும் முன் வட்டிலை இருமுறை தரையில் கொட்டுவது மேர்ஸியின் பழக்கம். அவளையும் அறியாமல் செய்யும் அப்பழக்கத்தின் சமிக்கைக்கு காதுகளைத் திறந்தபடி படுத்திருந்தாள்.

உலர்ந்த நாவில் புரண்ட எச்சிலை மெதுவாய் விழுங்கி குடலில் நிறையும் அமிலத்தை அடக்கிக் கொண்டு சுருண்டு கிடந்தவளை திடீரென ரிஜோ, "கள்ளி நடிக்கவா செய்யுற" என்றபடி அழுத்திப் பிடிக்க தரையில் அடிபடும் வட்டிலின் வீறல் செவிப்பறைகளை கிழிக்கத் தொடங்கியது.

கருகிக் கொண்டிருக்கும் வயிற்றின் வலியறியாமல் விளையாடும் ரிஜோவின் பிடியில் இருந்து தலையை இழுத்து விடுவிக்க முயன்றாள். அவனுடைய புரியாமையில் கோபமுற்று எம்பித் தள்ளினாள், மிரண்ட அவன் கண்களை உற்று நோக்கிய படி சீறிக் கொண்டு உறுமத் துவங்கி செல்லமாகக் குரைத்தவளின் மீது எங்கிருந்தோ வெந்நீர் விழுந்து கொட்டியது.

"பௌ..வ்வௌ" என்ற அலறலுடன் விழித்தெழுந்து ஓடினாள். அவளுக்கு இரை கிடைக்கும் குப்பைத் தொட்டிக்கு அருகில் இருந்த உணவுக் கடைக்காரன் கையில் குவளையுடன் நின்று கொண்டிருந்தான். "சொறி நாய்.. சவத்துக்க மேல என்னா வீச்சமடிக்கு, கார்ப்பரேஷன் காரனுக்கு பிடிச்சு ஊசி போட்டுக் கொல்லனும்னு இல்ல. யாரயாவது கடிக்கது வர காத்துட்டு இருப்பானுக" என்று கடிந்தபடி அவள் படுத்திருந்த இடத்தை சுத்தப்படுத்தத் தொடங்கினான்.

ஓடியவள் தூரத்தில் நிறுத்தப் பட்டிருந்த பேருந்தின் பின்புறமாக நின்று கொண்டிருந்த கம்பத்தின் அருகில் சென்று பதுங்கிக் கொண்டாள். குறுகியமர்ந்து குருக்கை வளைத்திழுத்து பின்னங்காலால் அரிக்கும் கழுத்தை பலம் கொண்ட மட்டும் சுரண்டினாள். குருதி உறிந்து உப்பியிருந்த உண்ணிகளில் இரண்டு உதிர்ந்து தரையில் விழுந்தன.

காண்பவர்கள் தன்னை ஏன் வெறுத்து அடித்துத் துரத்துகிறார்கள் என்பது அவளுக்கு விடைதெரியாத கேள்வியாகவே இருக்கிறது. இத்தனைக்கும் அவளுக்கு மனிதர்களிடம் எவ்வாறு நடந்து கொள்ள வேண்டுமென்பது தெரியும், அவர்களின் சிறு அங்க அசைவுகளுக்கும் முக பாவனைகளுக்கும் அர்த்தம் புரியும். ஒரு காலத்தில் வீட்டில் வசித்தவள் ஆயிற்றே. என்னதான் மாறா அன்புடன் வாலாட்டி நின்றாலும் இப்போதெல்லாம் கண்ணில் படாதவாறு விரட்டியடிக்கப்பட்டுவிடுகிறாள்.

கபில நிறத்தில், சன்னமான ரோமப் போர்வையுடன், உருண்டை முகத்தில் சிறிய மடங்கு காதுகளுடன், குட்டையான வாலுமாக இருக்கும் ஜூலியை காணும் யாருமே முதல் பார்வையிலேயே சொல்லிவிடுவர் நல்ல ஜாதியில் பிறந்தவள் என்று. அவர்களது அவ்வெண்ணமே பல நேரங்களில் அவளுக்கு பாதுகாப்பாகவும், பிரச்சனையாகவும் இருந்திருக்கிறது.

இதே கடற்கரையில் கழுத்தில் பட்டையும், எலும்பு துருத்தாத தேகமுமாய் தன் எஜமானனைத் தேடியலைந்தவளை 'பணக்கார வீட்டு நாய் வழி தவறி வந்துட்டுது' என்று பரிதாபப்பட்டு உணவிட்டும், 'வெளிநாட்டு நாய்' என்ற அடைமொழியுடன் ஆசையாக அருகில் அழைத்தும், பலவந்தமாக பிடித்துக் கட்டிக் கூட்டிச் செல்ல முயன்றவர்கள் பலர். இவ்வளவும் ஏன், தன்னை அச்சுறுத்திக் கொண்டிருந்த தெரு நாய்களை கொம்பின் முனையில் சுருள் கம்பி கட்டிய மனிதர்கள் வளைத்துப் பிடித்துச் சென்ற போது கூட ஜூலியை அவர்கள் தொடவில்லை. என்றைக்கு அவள் ஒரு கண்ணை அழுகக் கொடுத்து ரோமம் கொழிந்தொழிந்த உடலில் சிவப்பு நிறத்தில் திட்டுத் திட்டாக வங்கு பற்றத் துவங்கியதோ அன்று பிடித்தது அவள் மீதான இவ்வெறுப்பு.

கோழிக் கால்களை உண்ணும் ஆர்த்தியில் எச்சில் இலைகளை மேய்ந்து கொண்டிருந்தவளின் கண்ணை குப்பைத் தொட்டிக்குள் மறைந்து கிடந்த குடைக் கம்பி பதம் பார்த்துவிட்டது. அதன் பிற்பாடும் தொட்டிக்குள் இறங்காமல் இல்லை. குப்பிச் சில்லுக்கும் ப்ளேடுக்கும் நாக்கை கடைசி வரை பறி கொடுக்காமல் இருந்ததே பெரிய விஷயம்.

அமிலக் கொதிப்பில் கருகிக் கொண்டிருந்த தன் கும்பியை அருகே ஓடிக் கொண்டிருந்த கழிவோடையில் நனைத்தபடி படுத்துக் கொண்டாள்.

2

சமீபகாலமாக கனவில் முகிழ்ந்தெழுந்து துயருறுத்தும் இறந்த காலப் படிமங்கள் தரும் துயரின் குரூரதையை சகிக்க முடியவில்லை அவளால். சமயங்களில் வான் நோக்கி பெரு ஊளையிட்டு அழுவாள். ஆனாலும் அக்கனவுகள் தான் அவளை ஒரு 'பேப்பட்டி' ஆகாமல் பிடித்து நிறுத்தின.

மூடிய விழிகளுக்குள் நடமாடும் எஜமானனும், மேர்ஸியும், ரிஜோவும் விழித்ததும் மறையும் மாயம் அவளுக்குப் புதிது. அவள் அவர்களுடன் வாழ்ந்த காலத்தில் உறக்கத்தில் விரியும் உலகு விழித்ததும் தொடர்ந்தது, விழித்திருக்கும் போது தெளியும் உலகு உறக்கத்தில் தொடர்ந்தது.

அம்மூவரின் ஒற்றை ரூபமாக தானும், தன்னின் மூன்றாக அவர்களும் ஒரே கூரையின் கீழ் வாழ்ந்து கொண்டிருப்பதாய் நம்பிக்கிடந்த நாட்கள் அவை. அவளுக்கு ஜூலி என்ற நாமகரணத்தை இட்டது ரிஜோ. அவன் அவளின் விளையாட்டுத் தோழன். ரிஜோ பள்ளி சென்று வரும் நேரம் அவளுக்குத் தெரியும். வாசலிலேயே தவம் கிடப்பாள். அவளைப் போன்றுதான் அவனும். வந்ததும் வராததுமாக ஜூலியுடன் சிறிது நேரம் விளையாடிய பிறகுதான் மறுவேலைகள் எல்லாம்.

சிறிய முன்கோபி, அவன் அம்மா மேர்ஸியைப் போல. மேர்ஸி சங்கிலியைத் தொட்டால் போதும். முன்சென்று தலையை மிகுந்த வினயத்துடன் தாழ்த்திக் கொடுப்பாள். வாரம் இரண்டு முறை ஜூலிக்காக எஜமான் கறிக் கடைக்குச் சென்றாக வேண்டும். அதை சிறிய பொட்டலங்களில் பிரித்து வைத்து வேளாவேளைக்கு ஆக்கிப் போடுவாள் மேர்ஸி. கண்டிப்பானவள். ஆனாலும், பிரியமானவள்.

உணவை வீணாக்கக் கூடாது, மீறினால் இரண்டு நாள் பார்ப்பாள். ஏதோ வயிற்றுக் கோளாறு என்று அவளாகவே முடிவெடுத்து பட்டினி போட்டு விடுவாள். அல்லது வாயில் மருந்தூற்றித் தருவாள்.

எக்காரணம் கொண்டும் வீட்டினுள் மல ஜலம் போகக் கூடாது. இருந்து வைத்த இடத்தைக் காட்டி அடி தருவாள். வீட்டுப் பரிவாரத்தைத் தாண்டி வெளியில் ஓடக் கூடாது. மண் தோண்டி விளையாடக் கூடாது. மீறினால் அழுக்காகிவிட்டதாக பச்சைத் தண்ணீரில் குளிக்க வைத்து விடுவாள்.

மரத்திலோ சுவரிலோ அணிலோ, பூனையோ, ஓந்தியோ வந்தால் குரைக்கலாம், பிடிக்கக் கூடாது. பிடித்தாலும் கொல்லக் கூடாது. தப்பித் தவறி பல் ஆழமாகப் பதிந்ததென்றால்

தொலைந்தது. "பாவமில்லையா? கடிச்சுட்டியே? உனக்கு வயித்துக்கு எதுவும் தராமலா இருக்கோம்?" என காணும்போதெல்லாம் சோகம் பாடுவாள்.

இப்படியாக பல கூடாதுகளுக்கு தன்னை ஒப்புக் கொடுத்து ஒரு கட்டத்தில் அவ்வீட்டின் பாதி மனுஷியாகிப் போனாள் ஜூலி.

மேர்ஸி அவ்வாறெனில் எஜமானன் வேறொரு ரகம். அழகென்று எதையாவது வெறித்த படி அதிலேயே கரைந்து போகிறவர். பூ போட்டிருக்கும் வாழையைக் கண்டால் அதன் அருகாமையில் சென்று பூவின் திசையில் லேசாகச் சரிந்தபடி இடுப்பில் கைவைத்துக் கொண்டு பூரித்து நிற்பார். துணி உலர்த்தும் கொடியில் கூட்டமாக குருவிகள் அமர்ந்திருப்பதைக் கண்டால் உடலைத் தொங்கலாகத் தளர்த்தி தன்னையே கொடியாக எண்ணி முன்னும் பின்னுமாக ஆடிக் கொள்வார். தரையில் கிடக்கும் மாட்டின் மூட்டெலும்பை கடித்துக் கிடக்கையில் சரிந்த தலையுடன் வெறித்துக் கொண்டிருப்பவரை சந்தேகக் கண்களுடன் நிறைய நாள்கள் கவனித்திருக்கிறாள் ஜூலி.

அவ்வீட்டில் உள்ளவர்கள் ஒவ்வொருவரின் நுண் நடத்தைகளும் ஜூலிக்கு அத்துபடி. ஒவ்வொருவரையும் ஜூலி தன் அகத்தால் உணர்ந்து பரிபூரணமாக நேசித்தாள். அவர்கள் மனித நிலையில் நின்று கொண்டு செய்யும் சில செயல்கள் தனக்குச் சில நேரங்களில் துன்பம் அளித்திருந்தாலும் அவர்கள் மீதிருந்த அன்பை இன்பக் கணங்களின் நினைவுகளில் மீட்டெடுத்து புதுப்பித்தபடியே இருந்தாள். அவள் தன்னை அவர்களில் ஒருவராக எண்ணச் செய்த நிகழ்வொன்று உண்டு. இப்போது வரை அந்நிகழ்வின் நினைவுதான் தன்னைச் சுற்றியுள்ள மனிதர்களை மீண்டும் மீண்டும் மன்னிக்கச் செய்து கொண்டிருக்கிறது.

ஒருநாள் கருக்கலில் மேர்ஸியும் ஜூலியும் வீட்டில் தனித்திருந்தனர். அன்று வழக்கத்திற்கு மாறாக எரியும் மெழுகுத் திரிகளின் முன்பாக அமர்ந்திருந்த மேர்ஸி கூப்பிய கைகளுடன் நிலை குத்திய பார்வையால் மோட்டு வளைவை நோக்கிய படி இருந்தாள். சோர்வுற்றிருந்த அவள் முகத்தில் சோகம்

ததும்ப கண்களில் நீர் திரண்டிருந்தது. மேர்ஸியின் முகம் மேலும் இறுகி உடைந்துருகவிருப்பதைக் கண்ட ஜூலி சோஃபாவிலிருந்து இறங்கி அவள் எதிரே அமர்ந்து வாலாட்டியபடி இருக்கவே, மோட்டு வளைவில் இருந்து பார்வையை விலக்கிய மேர்ஸி ஜூலியின் தலையை மெதுவாக தடவிக் கொடுத்தபடி “எல்லாம் சரியாகிடும், அப்டித் தான ஜூலி?” என்று கேட்க, தன் முன்னங்காலை அவள் மடியில் எடுத்து வைத்து அவள் கைகளை நக்கிக் கொடுத்தாள்.

ஜூலியின் தாய் பிளாக்கியின் மடித் தொங்கல்களிடையே உறங்கிக் கொண்டிருந்தவளைத் தூக்கி அட்டைப் பெட்டிக்குள் திணித்த போது அவள் முகத்திலும் இதே வாட்டமும் கிலேசமும் இருந்தது.

3

ஜூலி ருதுவாகியிருந்த அன்று மேர்ஸியும் எஜமானனும் திடீரென தங்களுக்குள் மாறி மாறி உச்சஸ்தாயில் குரைக்கத் தொடங்கினர். வீட்டினுள் ஓரமாகப் படுத்திருந்த ஜூலிக்கு ஒன்றும் புரியவில்லை. ஜூலியும் அவர்களுடன் இணைந்து கொண்டு உற்சாகமாகக் குரைத்தாள். மூவருக்குமிடையே ஒரு போட்டியே நடந்தது.

மூவரில் தோல்வியுற்ற எஜமானன் ஜூலியை சங்கிலியால் பிணைத்து வெளியே இழுத்துச் சென்று கட்டினார். விரைவாகவே அவளுக்கென்று ஒரு கூடு அடிக்கப்பட்டது. அதன் பிறகு வீட்டின் பரிவாரம் ஜூலியின் ராஜ்ஜியம் என்றானது. முதலில் சில நாட்களுக்கு ஊளையிட்டு அழுது பார்த்தாள். வீட்டினுள் வசிப்பவர் யாரும் கிறங்கவில்லை என்றானதும் வெளியே இருக்கப் பழகிக் கொண்டாள்.

பரிவாரத்தைச் சுற்றி தனியாளாக சுற்றித் திரிந்து கொண்டிருந்தவளுக்கு ஆக ஆறுதலாக இருந்தது எங்கிருந்தோ வந்த மணி மட்டும் தான். செவலை நிறத்தில், ஒளிரும் செம்புக் கண்களுடன் தன் பரிவாரத்தின் மதில் மீது நின்று கொண்டிருந்தவனை முதல் முறையாகக் கண்டபோது ஜூலிக்கு கிலியாகிவிட்டது. உயரமான கால்களுடன், ஒட்டிய வயிறும், நீண்ட முகமுமாய் அவன் இருந்தான். குரைத்து விரட்ட

முயன்றாள். மணி அசரவில்லை. உள்ளே குதித்து ஜூலியை நெருங்கவே கவைக்குள் வாலடக்கி பம்மியமர்ந்து குரல் உடைந்து ஈன ஸ்வரத்தில் அழுதாள். பயத்தில் சிறுநீர் பிரிந்துவிட்டிருந்தது.

மெதுவாக வால் சுழற்றியபடி அருகில் வந்தவன் அவளைச் சுற்றி வந்து மணம் பிடித்தான். ஒற்றை முகர்வில் அவளின் சரித்திரம் அறிந்தவனாய் அவளை விட்டு நகர்ந்து அவளுக்கென்று இருந்த உணவை உண்டு முடித்தான்.

சுவர் மூலைகளிலும் அவள் உறங்கும் கூட்டிலும் தன் பின்னங்காலைத் தூக்கி அடையாளமிட்டவன் திடீரென ஒளிர்ந்த மின் விளக்கின் வெளிச்சத்தில் பாய்ந்தோடி மறைந்தான்.

பகலெல்லாம் அவன் வாசத்தை மோப்பம் பிடித்தவளாய் அவன் வருகைக்காக காத்துக் கிடந்தவளின் முன்னே அவன் மீண்டும் தோன்றவே, இருவருக்குமிடையே இணக்கம் உண்டாகிக் கூடி கொண்டனர். பெருவெடிப்பின் பூரிப்பில் திளைத்து நின்ற இருவரையும் சன்னல் கம்பிகளின் வழி இரு விழிகள் பார்த்துக் கொண்டிருந்ததை ஜூலியும் மணியும் கவனிக்கவில்லை.

மறுநாள் மாலை அவள் இக்கடற்கரைக்கு வந்து சேர்ந்தாள். வழக்கம் போல தன்னை வெட்னரி மருத்துவ மனைக்கு அழைத்துச் செல்கிறார் என்று பயத்தோடு வண்டியில் ஏறியவளை கடற்கரையில் நின்று கொண்டிருந்த விளக்குக் கம்பம் ஒன்றில் கட்டிய எஜமானன் அருகில் அவளுக்கென்று வாங்கிய பெடிக்ரீ உணவுப் பையையும் அதனுள் தன் சட்டை சோப்பிலிருந்த பிளாஸ்டிக் உறையிடப்பட்ட காகித மடிப்பையும் வைத்தார். பின்னர் ஜூலியின் தலையை வருடிக் கொடுத்தபடி கண் கலங்கினார். “ஸாரி ஜூலி” என்றபடி வேகமாகச் சென்று வாகனத்தில் ஏறிக் கொண்டார்.

எஜமானனின் வினோதமான நடத்தை ஜூலிக்குப் புதிராக இருந்தது. வாகனம் சென்ற திசை நோக்கி மீண்டும் மீண்டும் குரைத்தபடி வாலாட்டிக் கொண்டே இருந்தாள். ஒரு கட்டத்தில் சோர்ந்து பெடிக்ரீ பையின் அருகிலேயே படுத்துக் கொண்டாள்.

பொழுது சாய்ந்து விழத் துவங்கியதும், கூட்டம் கூட்டமாக

மக்கள் அவ்விடத்திற்கு வந்தனர். தூரத்தில் கடலினுள் இறங்கிக் கொண்டிருக்கும் சூரியனைப் பார்க்க வந்த அவர்களில் சில பேர் ஜூலியைச் சுற்றி வரவே வாய் விடாமல் குரைக்கத் தொடங்கினாள். குரல் நெரிந்து எச்சில் நுரையாகி அடங்கும் வரை அவள் குரைப்பொலி கேட்டுக் கொண்டே இருந்தது..

சில மணித் துளிகள் கடந்ததும் தலையில் தொப்பியும் கையில் லத்தியும் பிடித்த காவலர் இருவர் ஜூலியை நெருங்குவதைக் கண்டவள் மிரண்டு கம்பத்தைச் சுற்றி அங்குமிங்கும் ஓடினாள். ஒரு கட்டத்தில் சங்கிலி கம்பத்தோடு சிக்குண்டு கழுத்துப் பட்டையோடு சேர்ந்து நெரிந்து கொண்டது. நடுங்கும் உடலுடன் அவர்கள் நின்ற திசைக்கு எதிர்ப்புறமாக தலையை விலக்கிப் பிடித்த படி பலம் கொண்ட மட்டும் இழுத்துக் கொண்டிருந்தாள்.

“நாய மறந்து விட்டுட்டுப் போயிட்டாங்களா இருக்குமோ?”

“போற எடமெல்லாம் பை நெறய நாய்க்கு சாப்பாட்ட தூக்கிட்டா திரிவாங்க? இது என்னது, உள்ள ஒரு கவரும் இருக்கு?” உறைக்குள் இருந்த கடிதத்தைப் பிரித்து சற்று குரலுயர்த்தி படித்தான்.

‘ஜூலி. எங்கள் ப்பெட். மகளைப் போல வளர்த்தோம். தெருநாயுடன் கூடிவிட்டது. யார் வேண்டுமானாலும் எடுத்துச் சென்று வளர்க்கலாம் எங்களுக்கு எந்தப் புகாரும் இல்லை’

“யாருக்கும் கொண்டு குடுத்தா ஒரு அஞ்சாயிரமோ பத்தாயிரமோ கிடைக்காது! பாக்க நல்ல ஜாதி நாயா இருக்குத..”

“இதென்ன குட்டியா வோய் கொண்டு விக்கதுக்கு? நீர் கொண்டு போய் வளக்கீரா?” என்றான் கையில் காகிதம் வைத்திருந்தவன்.

“வேற வேல மயிரில்ல. யாருக்கும் கொண்டு குடுத்தா செலவுக்கு ஆவுமேன்னு பார்த்தா”

ச்சு..சுச்..சுச் என்று அழைத்துப் பார்த்தான், ஜூலி கழுத்துப் பட்டையை அறுத்து எறியும் பலத்துடன் தன்னை இழுத்துப் பிடித்துக் கொண்டாள்.

“எவ்வளவு ஆசையா வளத்துருப்பாங்க!”

“ஆமா.. ஆசையா வளத்து அவனே போடலாமுன்னு இருந்தான் போல!”

“ச்சைக்.. தாயிலிக்கது.. நெனைச்சாலே வாந்தி வருகு” என்றபடி காறி உமிழ்ந்தான்.

“அவன் தாள்ல பொழிஞ்சு வைச்சுருக்க பாசத்த வுடவுமா நான் சொன்னதுல அருவறுப்பு கூடிப் போச்சி?” என்றவாறே குதி காலில் அமர்ந்தவன், கையில் இருந்த தடியால் ஜூலியின் கழுத்துப் பட்டையிலிருந்து முகத்தை விலக்கிப் பிடித்துக் கொண்டு “மொவளப் போலயில்லா வளத்தானாம். மொவளப் போல.. இங்க வாச் சவமெ” சங்கிலியில் இருந்து ஜூலியை விடுவிக்கவும், எஜமானன் சென்ற திசை நோக்கி தலை தெறிக்க ஓட்டம் பிடித்தாள்.

4

அடிவான இருள் மெது மெதுவாக விலகிக் கொண்டிருந்த அதிகாலை. எல்லோர்க்குமாய் பூமி அன்றும் விடிந்து கொண்டிருந்தது. நாலா புறத்திலிருந்தும் நூற்றுக் கணக்கான மனிதக் கால்கள் வந்து கூடிக் கொண்டிருந்த இடத்தில் பாம்பைப் போன்று சுருண்டு கிடந்தாள் ஜூலி. உணவும் நீரும் வயிற்றுக்குள் சென்று பல நாட்கள் ஆகிவிட்டதால் குடல் ஒட்டி தலையைத் தூக்க முடியவில்லை. எஜமானன் எப்படியும் தன்னை மீட்டுச் சென்றுவிடுவார் என்கிற நம்பிக்கை மட்டும் இன்னும் மிச்சம் இருந்தது.

காலங்காலமாக துளியளவு கூட மாறாமல் மீண்டும் மீண்டும் நிகழும் உதயத்தின் அழகை தரிசிக்க வான் நோக்கி நின்றவர்களுக்கு காலடியில் கிடக்கும் ஜூலியின் முடை நாற்றமெடுக்கும் அவலக்ஷண இருப்பு குமட்டலெடுக்கச் செய்தது.

கூட்டத்தில் யாரோ தரையில் கல் எடுக்கும் பாவனையில் ஜூலியை விரட்டினான். ஏறிட்டுப் பார்த்த ஜூலியின் சுழலும் விழிக்குள் அவன் பிம்பம் சிதைந்து சேர்ந்து தெளிவில்லாமல் விழுந்தபடி இருந்தது. தலை முதல் வால் வரை உடலை ஒருமுறை சிலுப்பி மீண்டும் அவனைப் பார்த்தாள். அவன் இப்போது புணர்ச்சி உச்சமடைந்த சிலிர்ப்புடன் சூரியனை

நோக்கி கை கூப்பி நின்று கொண்டிருந்தான். செங்கிரண ஒளியில் அவன் தேகம் திளங்கிக் கொண்டிருந்தது. அது எஜமானனே தான். அழைத்துச் செல்லத்தான் வந்து நிற்கிறார். அடையாளம் தெரியவில்லையா அவருக்கு என்று நினைத்தாள்.

அங்கு நின்று கொண்டிருந்த ஒவ்வொருவரும் எஜமானனைப் போன்றே இருந்தனர். நிறைய மேர்ஸிகளும் அக்கூட்டத்தில் நின்றுக் கொண்டிருந்தனர். குழம்பினாள். நிலை கொள்ளாமல் சரியும் தலையை மீண்டும் குலுக்கிக் கொண்டாள். ஒரு எஜமானனுடைய கையில் இருந்த சிறுவன் தான் உண்டு கொண்டிருந்த பிஸ்கட்டை அவள் முன்னால் வீசிக் கொடுத்தான். அது ரிஜோதான். நிச்சயமாக ரிஜோதான்.

உடலில் திடீரென உற்சாகம் பெருக்கெடுத்தது. உடலில் சக்தியை திரட்டி தாவிக் குதித்ததில் ரிஜோவுடன் கீழே சரிந்த எஜமானனை நெஞ்சடைக்கும் அழுகையுடன் முகத்திலும், கழுத்திலும், காதிலும் நக்கித் தீர்த்தாள். இடுப்பே முறிந்துவிடும் வேகத்தில் இடமும் வலமுமாக அவளின் வால் ஆடிக் கொண்டிருந்தது.

எஜமானன் அவளை உதைத்துத் தள்ளினார். உருண்டு விழுந்தவள் அக்கால்களை நோக்கி மீண்டும் எழுந்து ஓடிவந்தாள். கன்னத்தை அவர் கால்களில் பதித்து அழுது காண்பித்தாள். அங்கு நின்ற எஜமானர்கள் யாருக்கும் அவளை அடையாளம் தெரியவில்லை.

அவள் அன்பினுடைய நிர்வாணம் அழகெனும் புரை விழுந்திருந்த அவர்கள் அனைவரின் கண்களிலும் சினமேறச் செய்தது. கூட்டத்தை விலக்கி வந்த ஒருவன் படீரென தலையிலேயே போட்டான். இருந்த ஒரு கண்ணும் தெறித்து மண்ணில் விழுந்தது.

வெட்டி வெட்டி இழுக்கும் உடலுடன் விடாமல் வாலாட்டிக் கொண்டிருந்தவளை அள்ளி நெஞ்சோடு அணைத்த ரிஜோ வீட்டிற்கு நடந்தான். அவன் பின்னாலேயே எஜமானனும் மேர்ஸியும் வந்துக் கொண்டிருந்தனர்.

கப்பை

1

இன்ஸ்ட்டாவில் நான் பகிர்ந்திருந்த புகைப்படத்திற்கு கிடைத்திருக்கும் குட்டிச் சிவப்பு ஹார்ட்டின்களில் கணப் பொழுது மகிழ்வுற்று பின்னூட்டப் பகுதிக்குள் நுழைந்தேன். கண்களில் நீர்வழிய சிரித்துக் கொண்டிருக்கும் ஈமோஜியுடன் ஏகப்பட்ட '*ha.ha...ha*'க்கள் வந்து குவிந்திருந்தன. பெரியதாக ஒன்றும் இல்லை, கீறல் விழுந்து நெளிந்திருக்கும் பெட்ரோல் டாங்கைத் தடவும் மாவுக் கட்டு கையின் மேல் 'கலை' என்றெழுதி, அதன் பக்கத்திலேயே நெட்டில் பீராய்ந்தெடுத்த ஒரு கருத்த நாயின் புகைப்படத்தைச் சேர்த்து அதன் மேல் 'கலைஞன்' என்றெழுதியிருந்தேன்.

'*ha.ha...ha*'க்களுக்கு இடையில் 'என்னாச்சுடா' என்று கேட்டிருந்த பரீதாவிற்கு சிறு விபத்து என்று பதிலளித்துவிட்டு, 'கெட் வெல் ஸூன்' என்று வந்திருந்த ஜெரோமியின் இடுகைக்கு ஒரு ஹார்ட்டினைத் தட்டிவிட்டேன்.

பரீதா என் பழய உசிரு. சைல்ட்ஹூட் க்ரஷ். பரீதாவைக் கல்யாணம் செய்து கொண்டால் ஒருவருக்கொருவர் கைகளில் மைலாஞ்சி வைத்து விளையாடலாம். அவள் உம்மா வைத்தனுப்பும் நெய்ச்சோற்றையும் பொரித்த கோழியையும் காலமுழுக்க உண்ணலாம். அவள் தம்பிகளைப் போல் பெரிய மனுஷனாட்டம் கைலி உடுத்து தலையில் தொப்பி வைத்து பள்ளி வாசலுக்குப் போகலாம் என்றெல்லாம் பிள்ளைப் பருவத்தில் கற்பனை செய்திருக்கிறேன்.

இதெல்லாம் பரீதாவுக்குத் தெரியாது. பத்தாம் வகுப்பு முடிந்த கையோடு வெளிநாட்டில் வேலைபார்க்கும் பெரியம்மா

மகனைக் கட்டிக் கொண்டு செட்டில் ஆகிவிட்டாள். சமீபத்தில் பள்ளி நண்பர்கள் சேர்ந்து உருவாக்கிய வாட்ஸப் குழுவின் தயவில் மீண்டும் பேசத் துவங்கியிருக்கிறேன். சவூதியில் சந்தோசமாக கலம் கழுவிக் கொண்டிருக்கிறாளாம்.

என்ன சொல்வது, எப்படியெல்லாமோ தாங்கவேண்டுமென்று நினைத்தேன். வந்த கோபத்தில் பார்த்துக் கொண்டிருந்த யூடியூப் சேனலுக்கு கீழே பின்னூட்டமிட்டிருந்த முஸ்லீம் பெயர்களுக்கெல்லாம் ‘பாகிஸ்தானுக்குப் போ’ என்று வழக்கத்திற்கும் கூடுதலாக பதில் எழுதி வைத்தேன்.

ஜெரோமி மார்த்தாண்டத்துக்காரி. என் எதிர்காலம். சுங்கான்கடை சேவியரில் தேர்ட் இயர் நர்சிங். இன்ஸ்ட்டாவில் ‘ஸ்டைலிஷ் ஸோல்’ என்னும் புனைவாளுமையாக மின்னிக்கொண்டிருந்தவளைக் கண்டுபிடித்து, இருவருக்குமிடையே இப்போது பழக்கம் ஓடிக்கொண்டிருக்கிறது.

‘கெட் வெல் ஸூனின்’ அருகில் சிறு வட்டத்திற்குள்ளிருந்து சிரித்துக் கொண்டிருந்த ஜெரோமியின் முகப்புப் படத்திற்குச் சென்றேன். வரைந்தாற்போல் நீண்ட நல்புருவம். கீழிமைக்குள்ளிருந்து மெல்லிசாக வரைந்திழுத்து கண்களைத் தாண்டி லேசாக எட்டி நிற்கும் மஸ்காரா. புருவத்திற்கு மத்தியில் இருக்கிறதா இல்லையா என்று கணிக்க முடியாதபடி ஒரு சின்ன பொட்டு. கூர் நாசி. கவனித்தால் மட்டும் தெரியும் அதன் வலப்பக்கச் சரிவு. வடிவான உதடுகளில் கூடுதலாகச் சிவந்திருக்கும் கீழுதடென எந்தப் பக்கமிருந்து பார்த்தாலும் சலிப்பூட்டாத அம்சமான முக அமைப்பு அவளுக்கு. காதுகளில் சிறு நட்சத்திரக்கல் பதித்த ஸ்டட் அவ்வளவே அவளலங்காரம். நாள் முழுக்க பார்த்துக் கொண்டேயிருக்கலாம். வெள்ளையில் பிங்க் பூக்கள் கொண்ட ஆர்கான்ஸா சேலையில் அதகளப்படுத்திக் கொண்டிருந்தவளை எதற்கும் இருக்கட்டுமென்று ஸ்க்ரீன் ஷாட் எடுத்து வைத்துக் கொண்டேன்.

அலுவலகக் கொண்டாட்டங்களில், ஷாப்பிங் மால்களில், சினிமா தியேட்டரில், உணவகங்களில் எடுத்துக் கொண்ட புகைப்படங்களாகட்டும்; பைக் பயண ரீல்ஸ்கள், ஸ்டண்ட் ஷார்ட்ஸ்களென நான் பதிவேற்றும் எதுவாகிலும் அதற்கு ஜெரோமி தன் செவ்விதயத்தைப் பகிர்ந்து முழுமைப்படுத்தத்

தொடங்கியிருந்தாள். கடவுள் புண்ணியத்தில் எப்படியும் மடிந்திருப்பாள், அடுத்த கட்டத்திற்கு நகரலாமென்றிருந்தேன். விபத்து நிகழ்ந்து எல்லாம் பிசகி விட்டது.

மற்றபடி நேரடிப் பழக்கம் இல்லாத இன்ஸ்ட்டா பரிட்சயங்களின், நண்பர்களின் பின்னூட்டங்களுக்கு நன்றியை பதிலளித்தபடியிருக்கும் போதுதான் அப்பா திரையில் தோன்றினார்.

“அம்மா, எங்க டி இருக்க?” என்று அலறியபடி வாசல் கட்டுக்குச் சென்றேன்.

“ஏமிலே ஒனக்கு? ஒரு வேலச் செய்ய பொருதி தரமாட்டான். நீக்கம்புல போற அவனுக்க விளி” என்று வீட்டின் பின்புறமிருந்து குரல் வந்தது. குளிப்பதற்கு வெந்நீர் சூடாக்க ஈரம் பாரிய விறகுக்கட்டைகளின் புகைச்சலுக்குள் போராடி எரிச்சலடைந்தவள் ‘அங்ஙன கெட’வென்று ஊதுகுழலை வலித்து தரையில் எறிந்தபடி கலங்கிய கண்களுடன் முன் வந்தாள்.

“யேமுல கிடந்து தொள்ளையக் கீறுக?”

“கீறுகியது நானில்ல. ஒம்மாப்பிள, இன்னா என்னென்னு கேளு” என்று அலைபேசியை கையில் கொடுத்தேன்.

“எங்க இஞ்சயா? எத்தன பேராம்?”

“ஓ..ச்செரி..” என்று அலைபேசி அழைப்பைத் துண்டித்தவள் “லேய் ஒங்கூட வேலச் செய்றவிய ரெண்டுபேரு ஒன்ன பார்க்க வருவினுமாம்” என்று அலைபேசியை நீட்டினாள்.

யாரையும் வீட்டில் அழைப்பதோ அவர்கள் வீட்டிற்குச் செல்வதோ எனக்கு அறவே பிடிக்காத செயல். பழக்கத்தின் அடிப்படையில் ஒருவரை ஒருவாறு எடைபோட்டுத் தொடர்வது, பிறகு அதே நபரின் பின்புலம் வசதி குறித்தறிந்த பின் நடத்தையில் ஏற்ற இறக்கத்தை வெளிப்படுத்துபவர்களின் ஆபாசத்தில் அருவறுப்படைந்து, சிலரை விட்டு விலகியுமிருக்கிறேன். ஆதலால், யாராக இருந்தாலும் சந்திப்பு வெளியில் தான்.

அரவிந்தின் அழைப்புகளைப் புறக்கணித்ததால் வந்த வினை. எமெர்ஜென்சி தேவைக்காக கொடுத்து வைத்திருந்த என்

அப்பாவிற்கு அழைத்து விட்டான். நானே பேசியிருந்தால் வீட்டில் இல்லை, வைத்தியர் வீட்டிற்குச் சென்று கொண்டிருக்கிறேன் என்று ஏதாவது கதை விட்டு அனுப்பியிருப்பேன்.

கடுப்பில் அரவிந்திற்கு நானே அழைத்தேன். ஜெயனுடன் காரில் வந்து கொண்டிருப்பதாகக் கூறினான். திருவட்டாறு ஆதி கேசவப் பெருமாளை சேவித்துவிட்டு அருகில் தானே, என்னையும் பார்த்து விடலாமென்று வந்து கொண்டிருக்கிறார்களாம். ஆஹா, ஒற்றை வெடிக்கு இரட்டைப் பட்சிகள். அரவிந்தின் யோசனையாகத் தான் இருக்கும்.

அரவிந்த் மானேஜர், என்னை ஏஜென்ட்டாக பயிற்றுவித்தவனும் அவன் தான். ஜெயன் சீனியர் மானேஜர். நான் பணிபுரியும் கால் சென்டர் முதலீட்டாளர்களில் ஒருவர். டெக்சப்போட்டையும் அவரே பார்த்துக் கொள்கிறார்.

"எடி.. அம்மா.. வருவியளுக்கு குடுக்க வீட்டுல எதுவும் உண்டுமா?"

"மெனைஞ்ஞானு தான் மார்த்தாண்டத்திலேயிருந்து ஒருக் கிலோ சிப்ஸ் வேடிச்சு வைச்சேன். போயும் வந்தும் நீதானல தின்னு முடிச்ச.." அவள் சொல்வதும் சரிதான், பண்டம் போட்டு வைத்திருக்கும் சில்வர் போணியை இன்று காலையில் கூட திறந்து பார்த்தேன். காம்பிப் போன நாலு பலா வத்தல்களைத் தவிர ஒன்றுமில்லை.

"வரியது என் மேனேஜர் மாறாக்கும்.. இப்போ என்னடிச் செய்ய?" வென சோகமானேன்.

"காலம காய்ச்சிவைச்ச பாலு ப்ரிஜ்ஜிக்குள்ள இரிக்கு, கொலையில செந்தொழுவம்பழம் இரிக்கு, எதுக்குப் பேடிச்சனும்" என்று சிரித்தாள்.

"செரி.. நான் சென்னு வாரவியள விழிச்சிட்டு வாறென்" என்று முகத்தைக் கழுவிக் கொண்டேன். தலைக்கு குளிக்காததால் பனங்கொட்டை நாறாக சிலுப்பி நிற்கும் தலைமுடியின் மீது கொஞ்சமாக எண்ணை பிரட்டி வறட்டு வறட்டென்று நாலு இழுப்பு இழுத்தேன் அது பணிந்தும் பணியாமலும் ஒரு சைஸாக குருவிக் கூடு போன்று தூக்கிக் கொண்டு நின்றது.

“எம்மா வீட்ட ஒன்னு தூத்துப் போட்டுட்டு இந்த வேசம் ஒன்னு மாறி நில்லடியம்மா” என்று அவள் அணிந்திருந்த அழுக்கேறிய நைட்டியைப் பிடித்தாட்டினேன்.

“ஓ..ல.. இப்போ என்ன பெண்ணுப் பார்க்கையில்லா வருவினும்.. நான் இப்போ சீவி சிங்காரிச்சு ஒருங்கி நிக்கியென். கையில நாலு சக்கரம் கிட்டியங்கிப் போதும் செல் போனு மேடிச்சனும், பைக் மேடிச்சனும்.. வீட்டுக்கு என்னவும் செய்யணும்முன்னு ஒருச் சிந்தையில்ல”

மேற்கொண்டு நின்று கொண்டிருந்தால் இப்போதைக்கு அறுப்பு தீராதாகையால் தூளியில் துயிலும் மழலையாக முறிந்த கையை அணைத்த படி இடங்காலி செய்தேன்.

2

ஜெயனையும் அரவிந்தையும் மெயின் ரோடு வழியாகவே வரச்சொன்னேன். வீட்டின் பின்புறம் வழியாகவும் வரலாமெனினும் புதியவர்களுக்கு குழப்புமென்பதால் தவிர்த்தேன்.

பேச்சிப்பாறை நோக்கிச் செல்லும் பிரதான சாலையின் இடப்பக்கம் தெரியும் பெரிய ரப்பர் தோட்டம், சுற்றுச் சுவர் பாதியில் உடைப்பெடுக்கப் பட்டிருக்கும். அதுதான் அடையாளம்.

பூத்து புதுப்பட்டென சுவர் பூஞ்சைகளை உடுத்தி நின்ற கருங்கல் மதில் சுவர் இளந் தளிர் நிறத்தில் ஜொலித்துக் கொண்டிருந்தது. அதனருகாமையில் பச்சை நெடியை நுகர்ந்தவண்ணம் ரோட்டுக் கரையில் காத்து நின்றேன்.

திடு திடுப்பென்ற அவர்களின் வருகை திகைப்பைத் தந்தாலும், என்னைப் பார்க்க இவ்வளவு தூரம் வந்திருப்பதை அறிந்து அப்பாவின் மனதிற்குள் எழவிருக்கும் என் குறித்த அபிப்ராயங்களை நினைத்து எனக்குள் சிரித்துக் கொண்டேன்.

அவர்கள் வந்த காரின் சில மீட்டர்கள் முன்னாலேயே அப்பா வந்து கொண்டிருப்பது தூரத்தில் தெரிந்தது. வல்கனைசிங் ஒர்க் ஷாப்பை திறந்தபடி விட்டுவிட்டு வந்திருப்பார் போலும். மாரிகோல்ட் பிஸ்கட் பாக்கெட்டோடு, நேந்திரஞ் சிப்ஸோ,

மிச்சரோவிருக்கும் பண்டப் பொதியாடும் பிளாஸ்டிக் பை வண்டியின் ஹாண்ட் பாரில் தொங்கிக் கொண்டிருப்பதை எனைக் கடந்து உள்செல்லும் போது கவனித்தேன்.

வரிசைக் கிரமமாக நேர்த்தியான இடைவெளியில் நூற்றுக்கணக்கான ரப்பர் மரங்கள்; பாவை விளக்கேந்தும் சிலைகளாக கொட்டாங்குச்சியினைச் சுமந்து நிற்பதைக் கண்டு மலைத்து வாய் பிளந்த படி இறங்கியவர்களை கை குலுக்கி வரவேற்றேன்.

“ஹவார் யூ எடி” என்று வாஞ்சையுடன் கேட்டு தோளில் கை வைத்த ஜெயனிடம் “ஃபைன்.. ஜெரி” என்றபடி இருவரையும் கூட்டிக் கொண்டு முன் நடந்தேன். எங்கள் அலுவலகத்தில் அனைவருக்கும் ஐரோப்பியப் பெயர் தான். நான் எடி, ஜெயன் ஜெர்ரி, அரவிந்த் ஆடெம்.

ரப்பர் தோட்டம் முடியுமிடத்தில் கிடக்கும் தடிப்பாலத்தைக் கடந்திருக்கும் ஏற்றத்தில் தெரியும் வீடுகளில் அயனியும், பாக்கும் நிற்கும் மூன்றாவது வளைவில் இருப்பது எங்களுடையது. இப்பகுதியில் வீடுகள் சேர்ந்திருக்காது மரக்கூட்டங்களுக்கிடையே இங்கொன்றும் அங்கொன்றுமாகத் தான் இருக்கும்.

வீட்டின் முன் ஒற்றைச் சக்கரத்தில் நின்று கொண்டிருந்த கே.டீ.எம்மைக் கண்டு அரவிந்த் திகைத்து என் பக்கம் திரும்பினான். என்ன செய்வது, லகரம் இரண்டெண்ணிக் கொடுத்தால் கிடைக்கும் சாமானமில்லையா, அழைக்கச் சென்ற அவசரத்தில் மூடிமறைக்க மறந்துவிட்டேன். தவணை கட்டி இரண்டு மாதங்களாயிற்று, வண்டியைத் தூக்கிச் சென்று விடுவேனென்று மிரட்டினார்கள். சரி தூக்கிக் கொண்டு போகட்டுமென சக்கரங்களில் ஒன்றை கழற்றிப் போட்டிருக்கிறேன்.

அம்மா வாசலில் வந்து நின்று “வாருங்க சார்” என்று அழைத்தாள். அப்பா நடுக்கூடத்தில் கிடக்கும் இரும்புக் கட்டிலருகே பிளாஸ்டிக் நாற்காலியை இழுத்துப் போட்டு வந்திருந்தவர்களை அமரச் சொல்லிவிட்டு என்னுடன் கட்டிலில் அமர்ந்து கொண்டார்.

முற்றிலும் அந்நியமான சூழலில் சிக்கிக் கொண்ட பரிட்சயமற்றவர்களைப் போன்று சிறுது நேரத்திற்கு பேச்சற்று அமர்ந்திருந்தோம். கூரையில் பற்றியிருக்கும் நூலாம்படை, தரை வெடிப்பு, நான் அமர்ந்திருக்கும் கட்டில் காலில் ஏறியிருக்கும் துரு என்று சுழன்று கொண்டிருந்த அரவிந்தின் பார்வையும், என் நொண்டிக் கையை வெறித்துக் கொண்டிருந்த ஜெயனின் பார்வையும் ஒரே கணத்தில் என்பக்கம் திரும்ப மூன்று பேரின் முகத்திலும் கூச்சச் சிரிப்பு. சமூக வலைதளத்தில் நான் கட்டி வைத்திருக்கும் பிம்பமும் பிரபல்யமும் அவர்களின் கண்களிலிருந்து மங்கிக் கொண்டிருந்தது. தர்மசங்கடம் தான்.

அடுப்படியிலிருந்து கொண்டுவந்து போட்ட முக்காலியில் தின்பண்டத் தட்டை வைத்த அம்மா, கையில் காப்பிக் குவளையுடன் முகம் விகசித்து நின்றாள்.

சுதாரித்த ஜெயன் "டாக்டர் என்ன சொன்னாங்க எடி?" என்று கேட்டு சூழலின் மௌனத்தை உடைக்கத் துவங்கினார்.

"இரண்டு மாசம் ரெஸ்ட் எடுக்கச் சொல்லிருக்காங்க" என்றேன்.

"ஈ.எஸ்.ஐ பெனிபிட்ஸ் அவைல் பண்றதில ஒரு பிரச்சனையும் இல்லையே?"

"அதெல்லாம் நான் பாலோப் பண்ணிட்டுத்தான் இருக்கேன் ஜெயன்" என்றான் அரவிந்த் மிடுக்காக.

"ஈஎஸ்ஐ ஆஸ்பத்திரில டாக்டர்மாறும் நல்ல கவனிச்சாங்க" என்று அம்மா சொல்ல, அப்பா ஆமோதிப்பது போன்று தலையசைத்தார்.

காப்பிக் குவளையை காலி செய்துவிட்டு தின்பண்டங்களில் பேருக்கு இரண்டெடுத்து வாயில் போட்டவர்கள் விடை பெறுவதாக எழ, வந்து பார்த்ததில ரொம்ப சந்தோசமெனக் கூறி வழியனுப்பினோம்.

"நன்மைகளே உனை வந்துச் சேரட்டும்"

அவ்வெள்ளைக்கார கிழட்டு முண்டை எந்த நேரத்தில் வாய்

வைத்தாளோ, தலைக்குள்ளேயே சுற்றி சபித்துக் கொண்டிருக்கிறது.

3

ஆணும் பெண்ணுமாக வீட்டிற்கு நான் ஒருவன் தான். கேட்டவை எல்லாம் கையிலும் வாயிலும் வாங்கித் தந்துதான் எனை வளர்த்தார்கள்.

பத்து பதினோரு வயதிருக்கும் என்று நினைக்கிறேன், என்னை வெளியே விளையாட விடாததால் அம்மாவுடன் சண்டை போட்டு அழுது அடம் பிடித்தபடியிருந்தேன். மதிய உணவிற்கு வந்த அப்பாவிடம் "உங்க மோன் சென்னத கேட்டிணுமா.. எனக்கு இந்த வீட்டுல இருக்க பிடிச்சல.. நான் மட்டும் தன்னிச்சிருக்கேன், கூட களிக்க தம்பி தங்கச்சினு ஆருமில்லன்னு ஒரே ஒப்பாரி.." எனக் கூறி குறும்பாக நகைத்தாள் அம்மா. அவள் சொல்வதைக் கவனித்தபடி கையில் சோற்றுக் கவளத்தை உருட்டிக் கொண்டிருந்த அப்பாவையே பார்த்துக் கொண்டிருந்தேன்.

"நான் சென்னேன், கொப்பச்சி கடைல இருந்து வரட்டும், செல்லுன்னு"

"மோனுக்கு மட்டும் தான் ஆசை.. பாவம் இவக்கில்ல" என்று அம்மாவின் பிரிஷ்டத்தில் அப்பா ஒரு அடி கொடுக்க ஜோடி சேர்ந்து ஒரே சிரிப்பு இருவருக்கும்.

கட்டணம் செலுத்திப் படிக்கக் கூடிய ஆங்கிலப் பள்ளிக்கூடத்திற்கே என்னையும் அனுப்பினர். படித்துப் பெரிய வேலைக்கெல்லாம் சென்று கார் பங்களாவெல்லாம் வாங்க வேண்டுமென அப்போதிருந்தே பெருங்கனவு என் பெற்றோருக்கு. அப்பாவின் வருவாய் என் ஒருவனை தீற்றிப் போற்றவே கணக்காக இருக்குமென அப்பா தவிர்த்து விட்டாராம். அம்மாவும் இன்னொன்றிற்கு மெனக்கெடவில்லையாம்.

கல்லூரி முதல் ஆண்டு சேர்ந்த பிற்பாடு வீட்டில் பைக் வாங்கிக் கேட்டேன். அப்பாவோ முதலில் லைசென்ஸ் எடு அதன் பிறகு பார்த்துக் கொள்ளலாம் என்றார். நானும் அவரை நம்பி எடுத்ததற்கு, வெறும் ஐம்பதாயிரம் ரூபாயைத் தந்து செகண்ட் ஹேண்ட்டாக ஒன்றை இப்போதைக்கு எடுப்போம்

பிறகு பார்த்துக் கொள்ளலாம் என்றார்.

எனக்கோ யமஹா FZ மேல் ஒரு கண். இரண்டு நாள் சாப்பிடாமல் முரண்டு பிடித்தேன். அம்மா என்ன நினைத்தாளோ இரட்டை வட சங்கிலியை கழற்றிக் கையில் தந்தாள். கோவப்பட்ட அப்பாவிடம் “வாழக் குறுத்தா நமக்கிருக்கியது ஒன்னு, அவனக் கண்ணு நீரு குடிக்க வைச்சு எனக்கு செயின் போட்டு அலையாண்டாம். சம்பாரிச்சு யாரை கரையேத்த வேண்டிக் கிடக்கு இங்க” என்று மூக்கை உறிஞ்ச அப்பா எதுவும் பேசவில்லை.

என் பக்கம் திரும்பி “ஒனக்க போக்கு பிடிச்சு வருவில” என்று மட்டும் சொல்லி நகர்ந்து கொண்டார். மேற்கொண்டு எதிர்ப்பில்லை. அந்த வார மாலை மலரில் வந்த நாகர்கோவில் பள்ளி மாணவனின் சிரித்த முகமும், தற்கொலை செய்தியும் கூட காரணமாகயிருந்திருக்கலாம். எது எப்படியோ அவ்வருடம் விநாயகர் சிலை கரைப்பு ஊர்வலத்தில் அடித்துப் பொழிக்க முடிந்தது.

அதற்காக நான் படிக்காமல் எல்லாம் இல்லை. கல்லூரி இறுதியாண்டு காம்பஸ் இன்டெர்வியு வரும்போது அனைத்துப் பாடங்களிலும் எண்பது விழுக்காடுகள் எடுத்திருந்தேன். என் நேரம், நான் தேர்ந்தெடுத்திருந்த பாடப் பிரிவில் ஆளெடுக்க வந்த எம்.ன்.சி. நான்கோ ஐந்தோ பேரைத்தான் தேர்வு செய்து சென்றனர்.

என் வகுப்பில் மட்டும் மொத்தம் நாற்பது பேர். அவர்களில் தகுதிச் சுற்றில் தேர்வாகி டெக்னிக்கல் சுற்றில் தேறியவர்கள் வெறும் பத்தே பத்து பேர். கல்லூரி விளம்பரப்படுத்தியிருந்ததைப் போல பெரு நிறுவனங்களும் வந்திருந்தனர். அவர்களின் சேவைப் பிரிவில் ஆள் சேர்க்க.

கல்லூரி பிளேஸ்மென்ட் கோர்டினேட்டரிடம் இது குறித்துக் கேட்ட போது “உன் பிரிவில் வேலை கிடைக்க வாய்ப்பிருக்கும் நிறுவனத்தில் ஏறு, பிறகு அங்கிருந்து முயற்சி செய்” என்ற அறிவுரை வந்தது. நண்பர்கள் சிலர் அப்படியே செய்தனர். அவர்களுக்கு வேறு வழி? கல்விக் கடன் வழங்கியவர்களிடம் இருந்து தப்ப வேண்டுமே.

இருபதாயிரமோ.. இருபத்தைந்தாயிரமோ, பெரு நகரத்தில் வீடெடுத்து, சாப்பாடு செலவு பார்த்து, சமைத்து, துவைத்து, நடக்கும் காரியமா? மலைச்சாரலிலும், குளுமையிலும் வளர்ந்துவிட்டு சென்னை போன்ற இடங்களுக்குச் சென்று வெயிலில் வறுபட முடியுமா? நினைத்தாலே குதத்தில் சூட்டுக் கட்டி வந்ததைப் போன்று எரிகிறது.

இந்தப் பிரச்சனைகளை அப்பாவிடம் எப்படி சொல்லிப் புரியவைப்பது என்று திகைத்து நின்ற வேளையில்தான் கடவுள் போல வந்தார் மூர்த்தி சார். அப்பாவின் வாடிக்கையாளர்.

"உன் மொவன மட்டும் குத்தம் சொல்லிப் பிரயோசனம் இல்ல. நம்மூர்ல மட்டுமே நூத்துக்க மேல காலேஜ் இருக்குவு. வருஷாவருசம் கம்பனிக்காரனுவ வந்து திறமையான பிள்ளேல அள்ளிட்டு போறானுவோ, மீதி இருக்கப்பட்டவங்க கை நிறைய சம்பளம் தருக வேலை எங்கக் கிடைக்குவோ அங்க ஓடிப் போயிரானுவ. கடைசில போக்கிடம் இல்லாதவன் நேரா வாத்தியார் வேலைக்கு வந்து நிக்கான். அரைகுறை அறிவுலயிருந்து கூமுட்டை தானவே விரிஞ்சு வெளிய வரும் என்ன நான் சொல்லுகியது?

பள்ளிக்கோடத்துக்கு படிச்ச அனுப்புயது எதுக்கு, சொயமா சிந்திக்கத் தெரியவும் நல்லது கெட்டது புரியவும் தான? நடமுறயில அப்புடியா இருக்குவு? படிச்சுவாரவிய தலப் பூராப் பீ, எரவல் புத்தி. வரும்படி வருங்கிற சீருல பிள்ளேல் மேல மொதலு போடுய தாயுந் தவப்பனும் இருக்குமட்டும் காலேஜ கட்டி யாவாரம் தான் நடத்துவான் என்ன நான் சொல்லுகியது?"

எனக்கு இவரைக் கண்டாலே ஆகாது. அவ்வப்போது அப்பாவின் தலையை திருகிவிடுவதே இவருக்கு வேலை. நான் கல்லூரியில் சேரவிருக்கிறேன் என்று அறிந்த அன்றும் அப்படிதான் "பிளே, எல்லாவனும் போற திசையிலேயே போவணும்னு நெனைச்சாத. டாக்டரும், என்ஜினீரும், வக்கீலுமாரு மட்டுமில்ல, பஞ்சர் ஒட்டுறவனும் இருந்தாதானடே ஒலகம் உருளும், என்ன நான் சொல்லுகியது?" இரண்டு காது கிடைத்தால் போதும் பிரசங்கித்து அறுத்தெடுத்து விடுவார். சரியான பூமர்.

படிப்பு முடிந்து வேலை தேடும் சாக்கில் திருவனந்தபுரம்,

பெங்களூர், சென்னையென்று சுற்றிக் கொண்டிருந்தேன். அதிலேயே ஏழெட்டு மாதங்கள் போயின.

பாராளுமன்றத் தேர்தல் சமயமென்று நினைக்கிறேன் ஒருநாள் அப்பா மூர்த்தி சார் வழி ஒரு தனியார் வங்கியில் வேலைக்கு விண்ணப்பிக்கச் சொன்னார். 21 நாட்கள் பயிற்சிக்குப் பிறகு கன்னியாகுமரி கிளையில் பணி நியமனம். ரிலேஷன்ஷிப் மானேஜர். பரவாயில்லாத சம்பளம்.

ஆனால் அலைச்சல் பிடித்த வேலை. வீட்டிலிருந்து அலுவலகம் செல்ல ஒன்றரை மணிநேரம் பிடிக்கும். போதாத குறைக்கு க்ளைண்ட்டைப் பார்க்க அஞ்சுகிராமம் போ, மணக்குடி போ, கொட்டாரம் போவென சுத்தலிலேயே தான் இருக்க வேண்டும். ஒரு வாரம் கழியவில்லை அதற்குள் கருத்து கரிக்கட்டையாகிவிட்டேன்.

இது சரிப்பட்டு வராது என்று ஒரு நாள் எங்கள் கிளையைப் பார்வையிட வந்திருந்த பிராந்தியத் தலைவரிடம், “சார் பைக்கிலேயே சுற்றிக் கொண்டேயிருப்பது மிகவும் சிரமமாக இருக்கிறது. வங்கியின் காப்பீடு சேவைகளை விற்கும் வேலையையும், நிறுவனங்களில் சென்று திட்டங்களைப் பிரபலப்படுத்தும் வேலையையும் என் தலையிலேயே கட்டி எங்கேயாவது அனுப்பிவிடுகின்றனர். வீட்டின் அருகாமையில் அது தக்கலையோ, மார்த்தாண்டமோ எந்தக் கிளையாக இருந்தாலும் பரவாயில்லை அலுவலத்தில் அமர்ந்து வேலை செய்யும் பிரிவிற்கு மாற்றுவீர்களா?” என்று கேட்டேன். எப்படியிருந்தாலும் மூர்த்தி சாருக்குத் தெரிந்தவர், நம் கஷ்டத்தைப் புரிந்து கொள்வார் என்ற ஒரு நம்பிக்கை.

என் கஷ்டங்களையெல்லாம் முகத்தில் புன்முறுவலுடன் கேட்டவர், “நீங்கள் சொல்வதை கிளை மேலாளரிடம் செய்யச் சொல்கிறேன். வாய்ப்பிருக்கிறதா என்று பார்ப்போம். இல்லையெனில், அவர் சொல்வதை உங்களால் செய்ய முடிகிறதா என்று பாருங்கள்” என்று ஆறுதலளித்தார்.

என் வங்கி மேலாளரோ, “நான் உங்களுக்கு ஏற்கனவே சொன்னது தான். இப்போது பார்த்துக் கொண்டிருக்கும் வேலைதான் அங்கேயும் இருக்கிறது. நீங்கள் செய்யவிருக்கும்

வேலை குறித்து பயிற்சிக் காலத்திலேயே தெரிந்து கொண்டுதானே வந்தீர்கள்? அதுமட்டுமல்ல, வேலைக்குச் சேர்ந்த ஒரு மாத காலத்திலேயே இடமாற்றம் கடினம். ஆறுமாதங்களாவது வேலை பாருங்கள் அதன்பின் உங்கள் திறனை முன்வைத்து முயற்சிக்கலாம்" என்றார்.

என் பிரச்சனை அவருக்குப் புரிந்தமாதிரியே தெரியவில்லை. "என்னால் அலையமுடியவில்லை என்று தானே கேட்கிறேன். அலுவலகத்தின் உள் அமர்ந்து செய்யும் எந்த வேலையும் கொடுங்கள் அல்லது நான் நின்று கொள்கிறேன்" என்று கூறினேன். அவருக்கு என் மீது என்ன கோபம் என்று தெரியவில்லை. ஒரு A4 ஷீட்டை என் முன்னால் வைத்து ராஜினாமா கடிதம் எழுதிவிட்டு போகும்படி சொல்லிவிட்டார். கோபத்தில் நானும் எழுதிக் கொடுத்துவிட்டு வந்துவிட்டேன்.

நின்ற நாளிலிருந்து இரண்டு நாட்களுக்கு தூக்கமும் வரவில்லை, சாப்பாடும் இறங்கவில்லை. பயிற்சிக்கு கொச்சிக்கு சென்ற வகையிலும் முப்பது நாட்கள் வேலைக்கு சென்ற வகையிலும் வீட்டிலிருந்து அறுபதாயிரம் ரூபாயாவது செலவாகியிருக்கும். அவசரப்பட்டுவிட்டோமோ என்று தோன்றவே அப்பாவின் முன் கலங்கி நின்றேன்.

Full & Final செட்டில்மென்ட் வாங்க அப்பாவும் கூட வந்தார். மேலாளரிடம் "சார் இந்த ஒருவாட்டி அவன மன்னிச்சுடுங்க. நீங்க எந்த வேல குடுத்தாலும், அவன் இனி மடிக்காம செய்வான் சார்" என்று கெஞ்சினார். அவரோ என் ராஜினாமா கடிதத்தை உடனே மேலிடத்திற்கு அனுப்பி அனுமதி பெற்ற நிலையில் உடனடியாக எதுவும் செய்ய முடியாது என்று கையை மலர்த்தி விட்டார்.

வீட்டில் சோர்ந்தமர்ந்த என்னிடம் "நீ சங்கடப்படாத மோன.. இந்த மடமில்லாட்டி சந்தமடம்.." என்று அம்மா தைரியமூட்ட வாசலில் அமர்ந்திருந்த அப்பா கீழுதட்டை உள்ளிழுத்துக் கடித்தபடி தரையை வெறித்துக்கொண்டு தலையை இட வலமாக ஆட்டிக்கொண்டிருந்தார்.

வங்கி வேலையை விட்டு நின்ற பின் நான் தேமே என்று இருந்துவிடவில்லை. சரி, கிடைக்கும் வேலையை

செய்யலாமென்று, தினசரிகளில் வரும் வேலை வாய்ப்புச் செய்திகள், வெளியூர்களில் இருக்கும் நண்பர்களின் நிறுவனத் தொடர்புகள் என ஒன்றையும் விடவில்லை. என் அலைபேசியிலிருந்து நாலாபுறமும் என் ரெஸூமேயைப் பறத்திக் கொண்டிருந்தேன்.

வேலை கிடைக்கும் வரை அர்த்தமுள்ளதாக எதிலாவது ஈடுபடலாமென இணைய தேர்தல் பிரச்சாரத்தில் களமாடத் தொடங்கினேன். தேசத்திற்காக எதோ நம்மால் எடுத்துப் போடக் கூடிய சிறு துரும்பாக இருந்துவிடாதா என்ற எண்ணம். தலைவர்களின் கருத்துகளை அரசியலறிவற்ற மக்களிடம் கொண்டு சேர்த்து நல்வழிப்படுத்துவது, எதிர்தரப்புவாதிகளின் பின்னூட்டங்களில் தர்க்கப்பூர்வமாக விமர்சனம் வைப்பது, முடியாத கட்டத்தில் போலிக் கணக்கில் சென்று வம்பிழுப்பதென செயலூக்கத்துடன் சுழன்று கொண்டிருந்த நாட்களவை. நீங்கள் என் நண்பர்களின் நட்பு வட்டத்தில் இருந்திருந்தாலேயே பிரபலமான நபர் என்று என் புகைப்படப் பரிந்துரையை உங்கள் சமூக வலைத்தளப் பகுதியில் கண்டிருக்கலாம்.

இப்பரபரப்பிற்கிடையில் அப்பாவிற்கு கலியேறிக்கொண்டு வருவதை நான் கவனிக்கத் தவறிவிட்டேன். ஒருநாள் வேலைவிட்டு வந்தவர் அணிந்திருந்த கரித்துணியைக் கூட மாற்றாமல் வெகு நேரமாக வாசலை அடைத்தமர்ந்து கொண்டு குனிந்த தலையை இடப்பக்கமாகவும் வலப்பக்கமாகவும் ஆட்டிக் கொண்டிருந்தார். திடீரென எழுந்து பின்வாசலுக்குச் சென்றவர் ஒரு குடம் தண்ணீரை தலையோடு ஊற்றினார். இடுப்பில் ஒரு துவர்த்தைக் கட்டிக்கொண்டு ஒர்க் ஷாப் சாவியை சாமிப் படம் முன் வைத்து சிறிது நேரத்திற்கெல்லாம் கண்மூடி வணங்கிய பின் வண்டியை எடுத்துக் கொண்டு கிளம்பினார்.

ஒரு பெரிய போத்தல் மதுப் புட்டியுடன் நடுக் கூடத்தில் வந்தமர்ந்தவர் நிதானமாக உடைத்து கப்பில் ஊற்றத் தொடங்கினார். அவர் குடிப்பார் என்று எனக்குத் தெரியும். பார்த்ததில்லை. அன்றுதான் முதல்முறை.

அப்பாவிற்கு ஒரு சுபாவம். எனக்கு அவரிடம் பிடிக்காததும் அதுதான். தனக்கொவ்வாத ஒன்றை உடனே உணர்த்தி சரிசெய்ய

மாட்டார், அனுமதித்தபடியே இருப்பார். வாயே திறக்க மாட்டார். திடீரென்று ஒருநாள் எல்லாவற்றிற்கும் சேர்த்துப் பிடித்து சாமியாடுவார்.

கூடத்திற்கு வந்த அம்மா "என்ன ஒங்களுக்கு இப்ப வட்டெழவியாச்சா?" என்று கத்த எழுந்து சளீரென்று ஒரு அறை. "உங்கப்பனுக்குட்டீ வட்டு.. பொலயாடி மோளே". நின்றவாக்கில் தலை மட்டும் சிறு வட்டமடித்திருக்க, அம்மாவின் காதுகளில் அவ்வசை விழுந்திருக்க வாய்ப்பில்லை. அடி பொறியில் விழுந்திருக்க வேண்டும். கலங்கிய கண்களுடன் கன்னத்தைப் பிடித்துக் கொண்டு அப்பாவையே வைத்த கண் வாங்காமல் பார்த்துக் கொண்டிருந்தாள். எனக்கு உள்ளே கலக்கத் தொடங்கியது.

"எல்லு முறிய பணி செய்ய என்னையும் தின்னு முடிக்க வகைக்கு ஒக்காத எனக்க வித்தும், போற்றி வளக்க பெண்டாட்டின்னு ஒரு போத்தும்.." சுவற்றில் மாட்டியிருந்த சிவ பார்வதி குடும்பப் படத்தை நோக்கி நியாயம் கேட்டார். அவமானத்தில் கோபம் உள்கிளற நடுங்கினேன்.

பின்பு ஒருவார காலம் அவர் ஒர்க் ஷாப் திறக்கவில்லை. ஊணுறக்கமின்றி சதாக் குடி. நடு நெஞ்சிற்கு தலையணையை அடை கொடுத்தபடி சினிமா கதாநாயகிகள் போல முழங்கால்களை தூக்கியாட்டிக்கொண்டு டிவி முன்னாலேயே படுத்துக் கிடந்தார்.

4

என்னை எந்த அளவிற்கு மட்டமாக நினைத்திருந்தால் இப்படியெல்லாம் நடந்து கொண்டிருப்பார் என்று வருத்தமுற்று அலைந்து கொண்டிருந்த நாளொன்றில் அரவிந்திடம் இருந்து அழைப்பு வந்தது. நாகர்கோவிலில் துவங்கியிருக்கும் அவர்களின் புதிய பி.பி.ஓவிற்கு யூ.கே. ஷிப்ட்டில் பணிபுரிய ஆள் தேடிக் கொண்டிருந்தார்கள்.

நாகர்கோவில் அலுவலகத்திலிருந்து முதல் சுற்று டெலிபோனிக் இன்டெர்வியூ. ஹைத்ராபாத் தலைமை அலுவலகத்திலிருந்து ஸ்கைப் இன்டெர்வியூ அடுத்த சுற்று. இறுதியாக ஜெயனுடன் நேர்காணல்.

“எதற்காக உனக்கு இந்த வேலையைத் தர வேண்டும் என்று நினைக்கிறாய்?”

“டிகிரி முடித்து ஒன்றரை வருடங்களாகிவிட்டது. இனிமேலும் நான் படித்த பிரிவில் வேலை கிடைக்குமெனத் தோன்றவில்லை. நான் வீட்டிற்கு ஒரே பையன், ஆகவே என் பெற்றோரை தனித்து விட்டுவிட்டு வெளியூர் செல்ல முடியாது. மேலும் வளர்ந்த நிறுவனத்தின் சிறு அங்குலமாக இருப்பதை விட வளரும் நிறுவனத்தின் ஒரு அங்கமாயிருந்து முன்னேறுவதே சமயோஜிதம் என்று நம்புகிறேன்” ஜெயன் ஆமோபிப்பது போன்று சிரித்தார்.

பயிற்சி காலத்தில் பத்தாயிரம் ரூபாய் சம்பளம். இரண்டு மாதங்கள் கழித்து பணி நிரந்தரமான பின்னர் பதினைந்தாயிரம். வெற்றிகரமாக நிறைவு செய்யும் அழைப்புகளைப் பொருத்து ஊக்கத் தொகை. அப்படியாகில் திறமையைப் பொருத்து மாதம் முப்பதுக்கு மேலேயே கிடைக்கும்.

தேடல் உளப்பூர்வமாகவிருந்து மெனக்கெடலில் உண்மையிருந்தால் தராமல் இருந்துவிடுவானா இறைவன்? எனக்கு வேலை கிடைத்தது. தேர்தலில் தோற்ற எதிர் கட்சி கூப்பிலமர்ந்தது.

பயிற்சி வகுப்பின் பிரதான நோக்கம் எங்கள் ஆங்கில உச்சரிப்பில் இருக்கும் தாய் மொழி ஒட்டலை நீக்கி உச்சரிப்பில் நியூட்ரல் தன்மையைக் கொண்டுவருவதுதான். நிறைய மாதிரி அழைப்புகளைத் தொடர்ந்தெடுத்து பயிற்சி எடுத்தோம். எங்களுக்குப் பயிற்சியளித்த அரவிந்த் ஒரு நாளைக்கு ஓராயிரம் முறை F வார்த்தையை உச்சரிப்பான்.

இத்துறையில் ஒரு தசாப்தத்திற்கும் கூடுதலான அனுபவமுள்ளவன். டெல்லியில் இருந்தானாம். அழுத்தம் திருத்தமற்ற அவன் தமிழ் உச்சரிப்பைக் கேட்க நுனி நாக்கில் புண் வந்து அவதியுறுவது போலிருக்கும். ஆண்கள் பெண்கள் என்று இல்லை கண்டபடி திட்டுவான். விரைவிலேயே எங்கள் சருமம் சுரணையிழந்து கெட்டிப் பட தொடங்கிற்று.

உதாரணத்திற்கு ஒரு சம்பவம். அன்று எங்களின் தேர்ச்சி நிலை குறித்தறிய ஒரு கடினமான மாதிரி அழைப்பு தரப்பட்டது. அதில் வைஷாலி மட்டும் தேர்ச்சியுற ஆண்கள் அனைவரையும்

கான்பிரன்ஸ் அறைக்கு அழைத்த அரவிந்த்,

“ஷேமான் யூ கைஸ், உங்கள மாதிரி தான வைஷாலியையும் ட்ரைன் பண்றேன். ஒன்னு பண்ணுங்க ஒரு க்ளாஸ்ல அவ யூரினப் பிடிச்சு வாங்கி அதில வரிசையா குதிச்சு செத்துப் போங்கடா யூஸ்லெஸ் பகர்ஸ்”

அவமானத்தில் எங்கள் அனைவரின் கண்களும் கொதிக்கத் துவங்க, உரத்த குரலில் கேட்டான், “இப்போது சொல்லுங்கள் யாரால் அந்த அழைப்பை சிறப்பாக நிறைவு செய்யமுடியும்?” கேட்கவா வேண்டும், அனைவரின் கைகளும் உயர்ந்திருந்தது. ஆச்சரியகரமாக பாதிப்பேருக்கு மேல் தேறியுமிருந்தோம்.

பிடிக்காமல் பயிற்சி வகுப்பிலேயே கழண்டு கொண்டவர்களும் எங்களில் உண்டு. பயிற்சி முடியும் போது நம்மில் இருந்து வெ..மா..சூ சுத்தமாக காலியாகியிருக்கும். ஆனால் நம்பகத்தனமாக பேசி எதிராளியை வழிக்கு கொண்டுவரும் திறனில் தேறியிருப்போம்.

அலுவலகத்தை விட்டு வெளியில் வந்துவிட்டால் அவனைப் போன்று தங்கமானவனை உங்களால் பார்க்க முடியாது. டீ கடையில் நம்மைக் கண்டால் அவன்தான் காசு கொடுப்பான். நம் பணத்தை எடுக்க விடமாட்டான். அலுவலகத்தில் யாருக்கேனும் பிறந்தநாள் வந்தால் கேக்கெல்லாம் வாங்கி பலூனெல்லாம் கட்டி தட புடலாக்கிவிடுவான். பின் வேலையில் மட்டும் ஏன் மனப்பிறழ்வு கண்டவனைப் போல் நடந்து கொள்கிறான் என்று தெரியவில்லை.

பயிற்சி முடிந்து லைவில் அழைப்பெடுக்கும் போது அப்படி ஒரு சாகச அனுபவமாக இருக்கும். இல்லாத சேவையைக் கூறி விற்று வெள்ளைக் காரர்களிடமிருந்து பணமடிக்க வேண்டும் அவ்வளவு தான் வேலை. அதற்கு நாம் செய்ய வேண்டியதெல்லாம் நைச்சியமாக பேசி அவர்களது கணிப்பொறியை இயக்கச் செய்தால் மட்டும் போதும். பாதிக் கிணறு அங்கேயே முடிந்துவிடும். மீதியை சீனியர் காலர் அல்லது அரவிந்த் பார்த்துக் கொள்வார்கள். ஒரு நாளுக்கு இருநூறு பவுண்ட் என்பது இலக்கு. அப்போதுதான் ஒரு நூறு நூற்றைம்பதையாவது எட்டமுடியும். எதையும் உயர்வாக உள்ள வேண்டுமென்று ஜெயன் அடிக்கடி சொல்வார்.

ஜெயன் அரவிந்திற்கு நேரெதிர் குணமுடையவர். ஒவ்வொரு திங்கள் கிழமையும் எங்கள் மத்தியில் அவர் தரும் 'பெப் டாக்' அவ்வளவு பிரமாதமாகவிருக்கும்.

"ஒவ்வொரு நாளையும் மிகுந்த நம்பிக்கையோடு ஆப்டிமிஸ்டிக்காக எதிர்கொள்பவர்களே வாழ்வில் வெற்றியடைகிறார்கள். வரலாற்றில் நின்று கொண்டிருப்பவர்கள் அவர்கள்தான். உங்கள் ஒவ்வொருவருக்கும் வாழ்வைக் குறித்த பெருங்கனவு இருக்கலாம் அதை நெருங்குவதற்கு கடவுளோ இயற்கையோ இன்றைக்கு அளித்திருக்கும் தீர்வு, உங்கள் முன்னால் இருக்கும் ஹெட் போனிலும், திரையில் மின்னும் வாடிக்கையாளர்களின் எண்களிலும் தான் இருக்கிறது. உங்கள் கையில் எட்டு மணிநேரம் இருக்கிறது. ஒருநாள் வாழ்க்கையின் மூன்றில் ஒரு பங்கு. அதை மிகுந்த அக்கறையுடனும் பொறுப்புடனும் கைகாரியம் செய்யுங்கள். என் முதல் பிரேக்கிற்கு முன் நூறு பவுண்ட் சம்பாதித்திருப்பேன் என்கிற எண்ணத்துடன் அழைக்கத் தொடங்குங்கள். ஞாபகம் வைத்துக் கொள்ளுங்கள் எண்ணம் போல் தான் வாழ்க்கை 'யத் பாவம் தத் பவதே'".

ஜெயனுடன் சிறிது நேரம் பேசினாலே நமக்குள் உற்சாகம் கொப்பளிக்கும்.

வாடிக்கையாளர்களும் லேசுப்பட்டவர்கள் அல்ல. உச்சரிப்பில் சிறிது பிசிறினாலும் எதிர் முனையில் இருக்கும் முகமற்ற வெள்ளைக்காரன் தாயைப் புணர அழைப்பான்.

ஒரு தண்டனைக் கைதியை தூக்கிலிடுபவனின் அல்லது ஒரு சிசுவைக் கருக்கலைப்பு செய்யும் மருத்துவச்சியின் அல்லது எதிரி நாட்டு மக்களைக் கையாளும் ஒரு போர் வீரனின் லாவகம் கை கூடாத வரை இவ்வேலையில் விஜயிக்க முடியாது.

பெண் ஏஜெண்ட்களை நினைத்துப் பாருங்கள். தேவிடியாப் பட்டத்துடன் தான் எதிர்முனையிலிருந்து அர்ச்சனையே தொடங்கும். வேலைக்காகாத இடங்களில் நாங்களும் சகட்டு மேனிக்கு திட்டி விடுவோம். மன அழுத்தத்திற்கு எத்தனை நாள் தியானம் செய்வது? மடுத்துவிடும். சிலர் திருட்டுத்தனமாக சிகரெட் பிடிக்கத் தொடங்கி மெதுவாக போதைக்குள் விழுவார்கள். என்ன செய்வது, சம்பள நாள் என்றொன்று

அனைவர் வாழ்விலும் இருக்கிறதல்லவா?

அதுமட்டுமல்ல ஜெயன் சொல்வதைப் போன்று, எங்கள் அன்றாட சிக்கல்களில் இருந்து மீட்புற இறைவனளித்துள்ள கர்மம் இன்று இது தானே. செயல் புரிந்தாகத்தான் வேண்டும்.

எல்லா அழைப்புகளும் அடுத்த கட்டம் நோக்கி நகர்ந்து விடுவதில்லை. ஐந்தாறு அழைப்புகளில் ஒன்றோ இரண்டோ அடுத்த கட்டத்துக்குப் போகும். ஒருமுறை நான் மைக்ரோ சாஃப்ட்டில் பணிபுரியும் என்ஜினீருக்கே அழைத்து மண்டையைக் கழுவத் தொடங்கிவிட்டேன். நல்லவேளை எங்கள் உரையாடலை ஒட்டுக் கேட்டுக் கொண்டிருந்த ஜெயன் உடனடியாக துண்டித்து விட்டார்.

“அலுவலகம் கிளம்பும் அவசரத்திலிருக்கிறேன்”

“பிள்ளைக்கு முலையூட்டிக் கொண்டிருக்கிறேன்”

“புணர்ந்து கொண்டிருக்கிறேன், போனை வைடா பாஸ்டர்ட்..”

“இந்திய நாயே.. இப்படி ஜேப்படிப்பதற்கு..”

இருபது அழைப்புகளில் ஒன்று மட்டுமே வெற்றிகரமாக நிறைவடையும். நான் மூன்றாம் மாதத்தில் பத்தில் நெருங்கிவிட்டேன். இப்போது முப்பதுகளில் கிடைத்துக் கொண்டிருக்கிறது. பழைய பைக்கைப் போட்டு கே.டி.எம் எடுத்தேன். எல்லாம் இ.எம்.ஐயில் தான். அப்பாவின் முகத்தில் ஒரு தெளிச்சியும் அம்மாவின் முகத்தில் சிறு கர்வமும் குடி கொள்ளத் தொடங்கிய நாட்களவை.

5

விபத்து நடந்த அன்று வெள்ளிக் கிழமை. சனி ஞாயிறு விடுமுறை. அதுவரையில் நூறோ இருநூறோ பவுண்ட் தான் தேறியிருந்தது. திடீரென எங்கள் அறைக்குள் வேகமாக நுழைந்த ஜெயன் தன் சட்டைப் பையிலிருந்து ஆயிரம் ரூபாயை எடுத்து மேசையில் வைத்து எங்களை நோக்கிச் சொன்னார்.

“அடுத்த இரண்டு மணி நேரத்தில் முன்னூறு பவுண்ட்டை உங்களில் யார் தேற்றுகிறீர்களோ அவர்கள் இதை எடுத்துக் கொள்ளலாம். மேலும் அந்த டீமை ஹோட்டல் விஜயதாவிற்கு

அழைத்துச் சென்று ட்ரீட் கொடுப்பேன். யுவர் டைம் ஸ்டார்ட்ஸ் நௌ".

பேய் வேகத்தில் அழைக்கத் தொடங்கினோம். எனக்கு வாகாக ஒரு கிழவி சிக்கினாள்.

"வணக்கம் திருமதி மார்க்ரெட். எனது பெயர் எடி. மைக்ரோ சாப்ட் நிறுவனத்தின் சேவை மையத்திலிருந்து அழைக்கிறேன். இது உங்களுக்கு உதவுவதற்கான அழைப்பு ஆதலால் தயவு செய்து மிகவும் கவனமாக கேளுங்கள். பன்னாட்டு தகவல் கட்டுப்பாட்டுத் துறையிலிருந்து எங்களுக்கு வந்திருக்கும் செய்தியின் படி உங்களின் கணிப்பொறியில் மிகவும் ஆபத்தான வைரஸ்கள் இறங்கியுள்ளன. உங்களின் விலை மதிக்க முடியாத தகவல் பதிவுகள் அனைத்தும் அழிந்துவிடும் நிலையில் இருக்கின்றன. நீங்கள் ஒத்துழைக்கும் பட்சத்தில் உடனடியாக பழுது நீக்கி விடலாம். இலவசமான இந்த சேவையை உங்களுக்கு அளிப்பதில் நாங்கள் பெருமுவகைக் கொள்கிறோம்"

"அய்யோ எடி, அக்கணிப்பொறியில் தான் என் இறந்து போன கணவருடன் கடைசிக் காலத்தில் எடுத்துக் கொண்ட வீடியோக்களும், வங்கி விவரங்கள் என அனைத்து முக்கியக் கோப்புகளும் இருக்கின்றன. ஏதாவது செய்து உதவமுடியுமா. நான் தனியே வசிப்பவள்."

"கவலைப்படாதீர்கள் திருமதி மார்க்ரெட். நான் சொல்வதை நீங்கள் பின்தொடர்ந்து செய்தால் மட்டும் போதும். முதலில் உங்கள் கணினியை ஆன் செய்யுங்கள்"

"செய்துவிட்டேன்"

"கீ போர்டில் உங்கள் இடது கைப் பக்கம் இருக்கும் சன்னல் படமிட்ட பொத்தானையும் "*R*" பொத்தானையும் ஒரு சேர அழுத்துங்கள். உங்கள் திரையில் ஒரு பெட்டி திறந்திருக்கிறதா?"

"ஆம்"

"அதில் *%TEMP%* என்று மெதுவாக டைப் செய்து என்டர் பொத்தானை அழுத்துங்கள்."

"இப்போது உங்கள் கண் முன் தெரியும் பக்கத்தில் இருக்கும் வைரஸ் கோப்புகளைப் பற்றி தான் நான் எச்சரிக்கை செய்ய

வந்தேன். புதிதாக உங்கள் கணினியில் இறங்கியிருக்கும் இவற்றால் தான் உங்கள் கணினிக்கு ஆபத்து வரவிருந்தது.”

“நீங்கள் விரும்பும் பட்சத்தில் எங்கள் வல்லுநர் உங்கள் கணினியில் நுழைந்து, சரி செய்து விடுவார். மேலும், இது ஒரு இலவச சேவை.”

“சரி..”

“உங்களை எங்கள் வல்லுநர் ஜெரியுடன் இணைக்கிறேன். அவர் உங்களை வழி நடத்துவார்,” என்றதும் ஜெயன் பேசத் தொடங்கினார்.

கிழவியின் கணினிக்குள் நுழைந்து திரையில் இருந்த கோப்புகளை எல்லாம் அழித்து விட்டு எனை அழைப்பில் மீண்டும் இணைத்தார் ஜெயன். “உங்களுக்கு இலவசமாக தற்போது வழங்கிய சேவையை, உங்கள் ஊரில் இயங்கும் எங்கள் நிறுவனத்தின் சிறந்த வல்லுநர்களால் நீங்கள் மூன்று வருடங்கள் எளிதாகப் பெறமுடியும். விருப்பமா உங்களுக்கு?”

“உண்மையாகவா எடி?”

“ஆம். ஆனால் அதற்கு நீங்கள் முன்னூறு பவுண்டை ஒரே தவணையாக அடைக்க வேண்டி வரும். உங்களுக்கு விருப்பமா?”

“நிச்சயமாக விருப்பம் தான். என் பிறந்த நாள் புகைப்படங்கள், என் கணவரின் புகைப்படங்கள், கனடாவில் வசிக்கும் என் மகனின் புகைப்படங்கள், பேரக் குழந்தைகளின் புகைப்படங்கள் எல்லாம் அதில் தான் இருக்கின்றன. அவைகளை இழந்துவிட்டால் நான் யாரென்பதையே மறந்து தொலைத்து விடுவேன். எனக்கு அப்படியொரு நோய். தெமென்ஷியா” என்றாள்.

“கவலைப் படாதீர்கள் திருமதி மார்க்ரெட். நாங்கள் இருக்கிறோம் உங்களுக்கு உதவ ஒரு நிமிடம் எங்கள் விற்பனைத் துறை மேலாளர் ஆடமை இணைக்கிறேன்” என்று அரவிந்தை அழைப்பில் இணைத்தேன். அவன் திறமையாகப் பேசி கிழவியின் வங்கிக் கணக்கில் இருந்து முன்னூறு பவுண்டை அனுப்பச் செய்துவிட்டு என்னைப் பேச விட்டான்.

“ஓகே. திருமதி மார்க்ரெட். உங்கள் ஒத்துழைப்பிற்கு நன்றி. இந்த நாள் உங்களுக்கு இனிய நாளாக அமையட்டும்”

“மிக்க நன்றி, எடி. என் மகனின் பெயர்தான் உனக்குமிருக்கிறது. உன்னைப் போல்தான் அவனும் கருணையுள்ளம் கொண்டவன். நன்மைகளே உனை வந்து சேரட்டும். காட் பிளஸ் யூ”

உண்மையில் அக்கோப்புகளால் அக்கணினிக்கு பேராபத்து ஒன்றும் நேர்ந்து விடாது. *Ignorance is bliss* என்று வெகுளித்தன்மையுடன் எதையும் அணுகி நுகரும் மனங்கொண்டவர்கள் தான் நம் இலக்கு. அவர்களின் அறியாமை நமது மூலதனம். அதுமட்டுமல்ல, யார் இவர்கள்? என் தாய் நாட்டிலிருந்து கொள்ளையடித்து வளர்ந்தவர்கள் தானே.

6

அன்றிரவு நான் இரண்டு பட்டர் நானுடன் ரோகன் சிக்கன் சாப்பிட்டிருந்தேன். எனக்கு குடிக்கும் பழக்கமில்லை. ஆதலால் மேற்கொண்டு நண்பர்களுடன் இருந்தால் நேரமாகிவிடுமென நேரமே கிளம்பிவிட்டேன். வழக்கமாக வரும் பத்மனாபபுர அரண்மனை பின்புறச் சாலையைப் பிடித்துத்தான் வந்து கொண்டிருந்தேன். வேர்க்கிளம்பி நெருங்கியதும் லேசான சாரல் விழுந்து கொண்டிருந்தது.

ஒரு ஆறு கிலோமீட்டர் கடந்திருப்பேன். பிடி பிடியென மழையடிக்கத் தொடங்கிற்று. வலது பக்கம் மலைக்குன்றும் இடது பக்கம் காடு பிடித்தும் கிடக்கும் இடம். சீக்கிரம் இந்தப் பகுதியைக் கடந்து விடவேண்டுமென்ற எண்ணம் ஒன்றுதான் மனதில் ஓடிக் கொண்டிருந்தது. திடீரென்று ஒரு நாய் பேய் பிடித்தது போன்று கிழக்குப் பகுதியில் இருந்து குறுக்கே வந்து சக்கரத்தில் விழுந்தது. சரியும் வண்டியை சுதாரித்து நிமிர்த்தும் முன் முகமடிக்க சாலையில் விழுந்து இழுத்தெறியப் பட்டேன். தலைக்கவசத்தின் ஒரு பகுதி உராய்வில் அறைந்து பாதிக்கு மேல் போய்விட்டது. சிறு கண்ணாடிக் கீறலோடு தப்பியது முகம்.

வண்டியிலிருந்து என்னை விலக்கிக் கொண்டு நகர்ந்தமர்ந்தேன். அதிர்ச்சியிலிருந்து மெதுவாக பிரக்ஞைக்கு திரும்பி ஹெல்மெட்டை கழற்றினேன். இடக்கை முழங்கையில் முறிவு. எலும்பு சட்டையைத் துருத்திக் கொண்டு வெளித் தெரிந்தது. வலி பின்னியெடுக்கத் தொடங்கிற்று. பொங்கி வடிந்து கொண்டிருந்த அழுகையை முகத்தில் அறைந்து கொண்டிருந்த

மழைத் துளிகள் கழுவி வடித்துக் கொண்டிருந்த வேளையில் வலப்பக்க புதரில் சலசலப்பொலி கேட்டது. ஒரு செந்நாய். என் குறுக்கே வந்து விழுந்த சனியன் தான் அது. மேல்தாடையின் கோரைப் பற்களைக் காட்டிக் கொண்டு உறுமியபடி என்னருகே வருவது ஹெட் லைட் வெளிச்சத்தில் தெளிவாகத் தெரிந்தது.

எழுந்து ஓடமுடியுமென்றோ விரட்ட முடியுமென்றோ நம்பிக்கையில்லை. பெட்ரோல் டாங்கின் மீது தலையை வைத்து நீட்டிக்கொடுத்தேன். கிட்டத்தட்ட என்னை அதனிடம் தின்னக் கொடுப்பதைப் போன்றுதான். எச்சில் ஒழுகும் கீழ் தாடையும், விடைத்த காதுகளும், சீறும் கண்களுமாக என் முகத்தருகே வந்து நின்றது. அதன் உஷ்ண மூச்சு என் கன்னத்தில் உறைக்க கண்களை இறுக மூடிக்கொண்டேன். அனிச்சையாக துடித்தபடியிருந்த உதடுகளின் பிதற்றலை உணர்ந்த கணம் நினைவிழந்தேன். “நன்மைகளே உனை வந்துச் சேரட்டும்”

வழிப்போக்கர் யாரோ கண்டு 108-க்கு தகவல் கொடுத்தார்களாம்.

7

கட்டவிழ்த்து மாதம் ஒன்றாகியும் வேலைக்குத் திரும்பாதலால் அப்பாவிற்கு அழைத்து பணி நீக்க எச்சரிக்கை கொடுத்தார் ஜெயன். இதற்கிடையே என் பைக்கை ஜப்தி செய்து எடுத்துச் சென்றிருந்தனர். நான் கண்டு கொள்ளவில்லை. விடிந்தால் தடிப்பாலத்தில் சென்று அமர்வதும் ஜெரோமியுடன் பேசிக் கொண்டிருப்பதுமே அன்றாடமானது.

அப்பாவின் மீது கலியேறுவதும் இறங்குவதுமாக இருந்தது. முகத்தைத் தூக்கி வைத்துக் கொண்டு நடக்கத் தொடங்கினார். அரைப்பக்கா அரிசிப் பானையை முகத்தில் ஏற்றி வைத்தால் வெந்து குழைந்துவிடும். அவ்வளவு கடுகடுப்பு அவர் முகத்தில் தெரிந்தது.

ஒரு ஆணாகப்பட்டவன் விட்டேற்றியாக அலைவதாவென அசூயை கொண்ட சுற்றமும் நட்பும் அக்கறையுடன் அப்பாவை இளக்கிக் கொண்டிருந்தார்கள். அடுத்தவனைத் திருத்த நடக்கும் இவர்களை எல்லாம் பாஷானம் வைத்துக் கொல்லாத வரை இந்த உலகம் உருப்படும் வழியேயில்லை என்றுதான் நினைக்கிறேன்.

அப்பாவிற்கு கலி முற்றிய ஓரிரவு சிவந்த கண்களுடன் என் முன் வந்து நின்றவர் “லேய், இனியும் எத்தன நாளைக்கு சோலியும் கூலியும் இல்லாத இப்பிடி ஊம்பித் திரியலாமின்னு இருக்க?” என்று கேட்க எனக்கு அந்த இடத்திலேயே அவரைப் போட்டுப் பொளக்க வேண்டுமென்ற ஆத்திரம் தலைக்கேறியது.

பதறியெழுந்த அம்மா “பிள்ளைக்கிட்டயாக்கும் பேசுகது.. நாவடக்கி பேசுங்க.. இல்லெலன்னா” என்று எங்களின் குறுக்கே வந்து நின்றாள். நான் கையிலிருந்த போனை தரையில் விட்டெறிந்தேன். அது சுக்கலாக நொறுங்கி வீடு முழுக்கச் சிதறி மின்னியது.

மறுநாள் வேலை முடித்து வந்தவர் எங்கிருந்தோ ஒடித்துக் கொண்டுவந்திருந்த மறுசீனிக் குச்சிகளை நடையில் தட்டினார். வீட்டைச் சுற்றி ஆவேசமாகக் குழியெடுத்தார். குச்சிகள் ஒவ்வொன்றையும் கவனமாக நட்டார்.

“எனக்கு ஒருப் பட்டியும் சோறிடண்டா, பதியனிட்டுருக்க கப்ப மதி.. சும்மாவா சென்னான் எனக்கச்சைன் சம்பத்துக் காலத்து தைப் பத்து வைச்சால், ஆபத்துக் காலத்து கா பத்து தின்னாமுன்னு” என்னைப் பார்த்தபடி வீட்டிற்குள் காறி உமிழ்ந்தார். அம்மா அழும் கண்களுடன் காப்பி கலக்கிக் கொண்டிருந்தாள். இரு ஆண்களுக்கிடையே ஒரு பெண்ணால் நிம்மதியாக வாழ்ந்து விட முடியுமா என்ன?

நான் இறங்கி தடிப்பாலத்திற்கு நடந்தேன். வெயில் இறங்கி மேகம் கருக்கத் தொடங்கியிருந்தது. பாலத்தின் கீழோடும் ஓடையின் சலசலப்பையும், அதன் இரு கரைகளிலும் செழித்து நிற்கும் யானைக்காது செடிக் கன்றுகளையும், அதனிடையிடையே பூத்துக் கிடக்கும் மஞ்சள் கரிசலாங்கண்ணியிலும் சூன்ய மனம் இலக்கற்று அளைந்து கொண்டிருக்க காலப் பிரக்ஞையற்று அமர்ந்திருந்தேன்.

இழப்பிற்கினி ஒன்றுமில்லை என்ற தெளிவு வந்த கணம், எது என்னை இவர்களைப் பிடித்துத் தொங்க வைக்கிறது? கேள்வி மூளையை அரிக்கத் தொடங்கிற்று. பசி.. ஆம். பசிதான் தனியனான என்னைக் குடும்பத்துடனும், குடும்பத்தை ஊருடனும், ஊரை நாட்டுடனும், நாட்டைக் கண்டத்துடனும், கண்டத்தை உலகத்துடனும் பிணைத்துப் பிடித்திருக்கும் பசை.

மறுகணமே கிறுக்குத் தனமான சிந்தனையென சுய எள்ளல் உள்ளூதிக்க சிரித்துக் கொண்டேன்.

வானம் நல்ல கருத்து நிலவை ஓடையில் தள்ளியிருந்தது, அதை மீன் குஞ்சுகள் கொத்திக் கொண்டிருப்பதைக் கண்டேன். அப்படியே பின்சரிந்து பாலத்தில் சாய்ந்து கொண்டேன். உஷ்ணம் இறங்கி உடலிலேறிக் கொண்டிருக்கும் குளுமையில் கணம் லயித்து கண்களை மூடித் திறந்தேன்.

பேரிருளுக்கு அப்பால் பெருங்கையொன்று தூற்றி வீசும் மணலாக கோடிக் கணக்கான நட்சத்திரங்கள் என் மேல் விழ நன்மைகளே உனை வந்து சேரட்டும் என மனம் ஒருமுறை சொல்லி மௌனித்துக் கொண்டது.

பட்சாத்தா
– ஒரு நாடோடிப் பாணனின்
இசைக் குறிப்புகள்

1

Mi cantar, mi canto es un lamento / My singing, my song is a lament
O porque estoy enamorado / Oh, because I'm in love
Y no soy correspondido / And it's unrequited
estoy destrosado por dentro / I'm destroyed from deep within

மாரிகோட் நகரின் மையத்தில் அமைந்திருக்கும் பிரபலமான மருத்துவ மனையில் தெரிபா ஐ.ஸி.யூவில் கிடந்தாள். கட்டிலில் கையும் காலும் கட்டப் பட்ட நிலையில் உடலில் மெல்லுதறல் எடுத்துக் கொண்டிருக்க, வாயில் வருபவற்றை எல்லாம் உரக்க சொல்லிக் கொண்டிருந்தாள். மெதுவான இமைச் சிமிட்டல்களுக்கிடையே திளங்கிக் கொண்டிருந்த செம்பழுப்பு நிற விழிகளுக்குள் பாவை வட்டம் பெரிதாக விரிவுற்றிருந்தது.

“பாஸ்டர்ட். என் உணர்வு உனக்கு விளையாட்டாகிப் போனது இல்லையா. என் இதயத்தைக் கிழித்து உப்பை பூசிப் பார்ப்பதில் உனக்குப் பொல்லாத சுகம் அப்படித்தானே. உன்னை உள்ளும் புறமுமாக மனதின் அடி ஆழத்தில் இருந்து நேசித்தேனே சந்தன். முட்டாளே உனக்கு ஏன் அது கடைசிவரையில் புரியவில்லை. *Mon amour*”

திடீரென முழங்கைகளை அழுந்த ஊன்றி தலையை மேலுயர்த்தி காற்றில் யாருடைய உதடுகளுக்கோ நீண்ட முத்தம் கொடுப்பது போன்று பாவ்லா காண்பித்தாள். அருகில் ஒரு கட்டில் தள்ளி ஓரத்தில் போடப்பட்டிருந்த நாற்காலியில்

அமர்ந்திருந்த செவிலி, தெரிபா காட்டிக் கூட்டும் எதற்கும் முகம் கொடுக்காமல் சிறு புன்முறுவலுடன் கவனமாக தன் கண்காணிப்புக் குறிப்பை பதிவு செய்து கொண்டிருந்தாள்.

அவள் உடலில் காளான் விஷம் இருப்பதை உடனடியாக நடத்திய ரத்தப் பரிசோதனையில் கண்டறிந்திருந்தனர். விஷத்தின் கடுமை மட்டுப்படும் வரை அவள் இதயத் துடிப்பு குறைந்து விடக் கூடாதென அவளுக்கு அட்ரோபின் மருந்தை ஏற்றி இருந்தனர். மருந்து அடிமனதில் புதையுண்டு கிடந்த ரகசியங்களை வார்த்தைகளாக்கி கொப்பளிக்கத் துவங்கியது.

முந்தய நாள் இரவு ஆம்புலன்ஸில் வந்த தெரிபாவை மருத்துவமனையின் அவசரப் பிரிவில் சேர்த்து சிகிச்சை அளித்துக் கொண்டிருந்தனர். தெரிபாவை அசரடிக்கும் ஆசையில் ஒயின் போத்தலும் பூங்கொத்துமாய் சென்ற வில்மன் கதவை வெகுநேரமாகத் தட்டியும் திறக்காததால், மொபைலில் அழைத்துப் பார்த்தான். ஏற்கப்படவில்லை என்றதும் திரும்ப முற்பட்டவன் எதேச்சையாக சன்னல் சீலையின் அசங்கலுக்கிடையே தரையில் நிலை குலைந்து கிடக்கும் தெரிபாவின் கைகளைக் கண்டான். அவளின் நல்ல நேரம். இல்லையெனில் இந்நேரம் பெட்டி எடுத்திருப்பார்கள்.

வில்மன் சிம்ஸன் பே கடற்கரை சாலையில் இயங்கும் காவல் நிலையத்தில் பணி புரிகிறான். பள்ளிக் காலத் தோழியின் பிறந்த நாள் விழாவில் வைத்து தான் தெரிபாவை அவன் முதன் முதலாக சந்தித்தது. கடற்கரையை ஒட்டியிருந்த ரிஸார்ட் ஒன்றை பிடித்திருந்தனர். விஸ்கியும், வைனும், பீரும் அருவியாக கொட்டிக் கொண்டிருந்தன. சிறிய டி.ஜே செட்டப் கூட ஏற்பாடு செய்திருந்தாள் பிறந்த நாள் பெண்.

முப்பதாவது வயது எட்டியிருந்தாள் அவள். ஸாந்தோ தமிங்கோக்காரி. ஒவ்வொரு பத்து வருட நிறைவையும் சற்று பெரிதாகக் கொண்டாடுவது வழக்கமானது தான். வில்மன் ஷனல் 5 நறுமணத் தைலப் புட்டி ஒன்றை வாங்கி வந்திருந்தான். கையில் ஒரு மது போத்தல் கூட இல்லாமல் முகத்தில் விரிந்த சிரிப்பையும், வெறும் வயிற்றையும் மட்டும் சுமந்து கொண்டு சில வெட்கங்கெட்ட மாக்கான்களும் வந்திருந்தனர்.

கோழிக் காலும், பன்றி விலாவும் நெருப்பில் வாடி பார்பிகியூவாகிக் கொண்டிருந்தன. ஸால்மன் மீன் ஸாலத், நறுக்கிய பழங்களின் குவியல், இறால் ஸாலத், நேர்த்தியாக ஒரே அளவில் வெட்டப் பட்ட சீஸ் துண்டுகள், ரைஸ் அண்ட் பீஸ், மாட்டு வால் ஸ்டியூ, லோக்கிரி (பன்றிக் கறி அல்லது கோழிக் கறி வைத்துச் செய்யப்படும் இறைச்சி குழை சோறு) பெரியப் பெரிய அலுமினிய காகிதத் தட்டுகளை நிறைத்திருந்தன.

ஸால்ஸா, பட்சாத்தா, ரெக்கேதான் வகை ஸ்பானிஷ் பாடல்களைக் கலந்து கட்டி தெறிக்க விட்டுக் கொண்டிருந்தான் டி.ஜே.

தெரிபா அடர் நீல நிறத்தில் மாக்ஸி உடுத்தியிருந்தாள். ட்ரீ பிரைட்ஸ் ஸ்டைலில் பின்னப்பட்ட கேஷம் அவள் முகத்திற்கு நன்றாக இருந்தது. இந்திய சாயல். வறுத்த கோதுமையின் நிறம். கரிபீயன் பெண்களுக்கு இருப்பதைப் போன்று பருத்து விடைத்த மூக்குகள் இல்லை. நுனியில் மென் பிளவு கொண்ட எடுப்பான மூக்கு. ஆனால் உடலில் கரீபியன். எடுப்பான ஸ்தனங்களும் தூக்கலான பின்னழகுமாய் அணிந்திருந்த மாக்ஸியில் செக்ஸியாக இருந்தாள்.

அங்கு கூடியிருந்த ஆண்களின் கண்கள் அவளை வலம் வருவதும், வேறு பெண்களிடம் தாவுவதும் மீண்டும் அவள் பக்கம் திரும்புவதுமாய் இருந்தன. வில்மன் எல்லாப் பெண்களையும் பார்ப்பது போன்று அவளையும் ஒரு நோட்டம் விட்டு விட்டு அவன் கையில் இருந்த மதுக் கோப்பையை காலி செய்து கொண்டிருந்தான். அவளோ அங்கிருந்த எவனையும் கண்டு கொள்ளவில்லை.

ரொஸலீயாவின் தேன் குரலில் El Panuelo பாடல் வர பெண்கள் கூட்டத்தின் சிரிப் பொலிகளுக்கு நடுவேயிருந்து பிறந்தநாள் பெண்ணை முன்னே இழுத்து விட்ட படி நடனமிடத் தொடங்கினாள் தெரிபா. குழைவும் நளினமும் கூடிய அட்டகாசமான நடனம்.

தெரிபாகாதலுருகும் உடல் மொழியுடன் அவளை வளைத்துப் பிடித்து நீட்டிய கரங்களுக்குள் பம்பரத்தைப் போன்று சுழல விட்டாள். விரிந்திருந்த கரங்களுக்குள் சுழன்று நழுவி விலகிச்

86 பட்சாத்தா - ஒரு நாடோடிப் பாணனின் இசைக் குறிப்புகள்

செல்லவிருந்தவளின் விரல் நுனியை முறுக்கிப் பிடித்து திரும்ப இழுத்து அவள் வயிற்றை அணைத்தபடி பின் கழுத்தை உதட்டால் உரசி, நெருங்கி அந்தரத்தில் கைகளைக் கோர்த்து முகம் உரச முன்னும் பின்னுமாக ஆடி உடலை வில் போன்று வளைத்து சாய்ந்து குனிந்து பிறந்தநாள் பெண்ணின் உதட்டில் தன் உதடை சடுதியில் லேசாக ஒற்றி எடுக்க சுற்றிலும் கூட்டம் ஆர்ப்பரித்தது.

அக்கணம் தெரிபாவின் மீதான முதல் கனல் வில்மனின் நெஞ்சில் விழுந்து கோடிப் பட்டாம்பூச்சிகள் அவன் வயிற்றை முட்டி சிறக்கடித்து நின்றன.

அதன் பின் அவள் கை கோர்த்து ஆட ஆண்களும் பெண்களும் முண்டியடித்து நிற்க தெரிபா இவனருகில் வந்து நின்றாள். அவனுக்கு எங்கிருந்து அவ்வேகம் வந்தது என்று தெரியாது. பொங்கும் ஷாம்பைனின் உற்சாகம் அவன் உடல் முழுதும் பரவி உச்சி மயிரும் கூச்சரித்து நிற்கும் நடனம் போட்டான்.

ஜோடி மாற்றி ஆடும் வேளையிலும் தெரிபாவின் மீது கண் வைத்தபடியே அசைந்து கொண்டிருந்தான். பார்ட்டி முடிவில் இருவரும் தத்தம் அலைபேசி எண்களை பகிர்ந்து கொண்டனர்.

பல குட்டிக் கரணங்ளைப் போட்டுக் காண்பிக்க வைத்து நீண்ட நாள்களுக்கு போக்குக் காட்டிய பின்பே வில்மனின் காதலை ஏற்றுக் கொண்டாள் தெரிபா. அவன் அவளை திருமணம் செய்து கொள்ள விரும்பினான். அவள் சம்மதிக்கவில்லை. இரண்டு வருடங்களாக அவள் தான் அவனுடைய ஒரே கேர்ள் ஃப்ரண்ட்டாக இருக்கிறாள். கடைசிவரை அவள் மட்டும் போதும் என்று நினைத்துக் கொண்டான். அவன் சந்தித்ததில் அற்புதமான பெண். அன்பும் அக்கறையும் நிறைந்தவள். பிற பெண்களைப் போன்று பணம் பணம் என்று பிடுங்குவதில்லை.

தெரிபாவின் உடல் நிலை குறித்து விசாரிக்க வந்திருந்த காவல்துறை நண்பர்கள் அவனையும் விசாரித்தனர். தெரியாமல் விஷக் காளான் கலந்த உணவை உண்டாளா, இல்லை யாரேனும் வேண்டுமென்றே உண்ணக் கொடுத்தார்களா, அவள் குணமடைந்தால் தான் தெரியும். இப்போதைக்கு அவளுக்கு

எதுவும் ஆகிவிடக் கூடாது என்ற வேண்டுதலோடு அவள் அறையின் வெளியிலேயே காத்துக் கிடந்தான் வில்மன்.

‘இல்லை அப்படி ஒன்றும் இருக்காது, அவள் எனக்கு உண்மையாகத் தான் இருந்தாள். இருந்தாலும் போதமில்லாமல் புலம்பிக் கொண்டிருப்பதில் ஏதாவது இருக்குமா?’ மனதில் தோன்றிக் கொண்டிருந்த அலையலையான எண்ணங்களுடன் மல்லுக் கட்டிக் கொண்டு அமர்ந்திருந்தவனின் தோளில் ஆதரவாக கைவைத்ததொரு காவல் துறை நண்பன்.

“யார் அந்த சந்தன்?”

“யாருக்குத் தெரியும் அந்த தேவிடியாப் பயலை”

“ஹேய்.. ரிலேக்ஸ்.. உனக்கேத் தெரியும் இதெல்லாம் மருந்தின் வீரியத்தில் எழும் வெற்று வார்த்தைகள் என்று. நல்ல பெயர். சந்தன்.. சவுண்ட்ஸ் இண்டியன். திரைப் படங்களில் இருந்தா? கதைப் புத்தகத்தில் இருந்தா? எங்கிருந்து பிடித்தாள் இப்பெயரை என்று தெரியவில்லையே” என்று கூறிச் சிரித்தான்.

ஆமோதிக்கும் முகபாவனையுடன் அமர்ந்திருந்த பெஞ்சின் விளிம்பை உள்ளங்கையின் ரேகை மடிப்புகளுக்கிடையே நொறுங்கப் பிடித்தபடி நீட்டியிருந்த கால்களை ஆட்டிக் கொண்டிருந்தான் வில்மன்.

2

Un cigarrillo me acompaña al abismo / A cigarette accompanies me to the abyss

Igual que tú, no tengo suerte en el amor / Same as you, I don’t have luck in love

Amar a ciegas te quita poder / Loving blindly takes your power away from you

Por el riesgo al corazón, dañando sentimientos / I obey my heart, hurting feelings

தெரிபா க்வாடலூப் தீவில் பிறந்து வளர்ந்தவள். சின்ட் மார்டினுக்கு வந்து இரண்டு வருடங்கள் ஆகிற்று. பிரின்ஸ்

ஜூலியானா விமான நிலையத்தில் தற்காலிகப் பணியில் இருக்கிறாள். வருபவர்களின் பயணச் சீட்டை பரிசீலித்து வழிகாட்டும் வேலை. பிரஞ்சு, ஆங்கிலம், ஸ்பானிஷ், பாப்பியோ மென்டோ மொழிகள் அவளுக்கு அத்துபடி.

"இங்கே வந்துவிடு. ஏதாவது வேலை தேடிக் கொள்ளலாம். இப்போதிருக்கும் மனநிலையில் உனக்கும் ஒரு மாற்றமாய் இருக்கும்" என்று அவள் தோழி எமில்கா அறிவுறுத்தவே கிளம்பி வந்து விட்டாள்.

விமான நிலையத்தின் முன்புறம் சிறகுகள் விரித்து நிற்கும் பெலிகான் நாரைகளின் சிமெண்ட் சிலைகளுக்கு வலது பக்கம் திரும்பும் சாலை கடலினூடே அரை கிலோ மீட்டருக்குப் பாலமாக நீண்டு இருபுறமும் வளர்ந்து நிற்கும் ஈச்ச மரங்களையும் தாண்டி ரவுண்டானாவில் சென்று முடியும். ரவுண்டானாவின் இடப்பக்கம் பிரியும் சாலை இரட்டை வழிப் பாதையாக அழகான வனத்தின் வழி மாரிகோட் நோக்கி பிரஞ்சுப் பகுதிக்குள் செல்கிறது. வலப்பக்கம் திரும்பும் சாலை ஒரு கரையில் பெரிய சூதாட்ட விடுதியும் மறுகரையில் வணிக வளாகமும் கொண்ட குறுகிய சாலை வழி டச்சுப் பகுதிக்குள் நீளுகிறது.

அவ்வணிக வளாகத்தில் இயங்கும் துரித உணவுக் கடையில் தான் எமில்கா பணிபுரிகிறாள். வேலை முடிந்து வரும் தெரிபா சில சமயங்களில் எமில்காவை சந்தித்து நேரம் செலவிட்டுச் செல்வது வழக்கம். ஒரு நாள் மாலையில் கடையில் அவ்வளவாக கூட்டம் இல்லாத நேரம். எமில்காவும் தெரிபாவும் கடையின் முன் கிடந்த இருக்கைகளில் அமர்ந்து கொண்டு புகைத்த படி பேசிக் கொண்டிருந்தனர்.

கடைக்கு எதிரே சூதாட்ட விடுதியை ஒட்டி இயங்கும் பெரிய வீட்டு உபயோகப் பொருட்கள் விற்கும் கடையில் இருந்து இறங்கி சாலையைக் கடக்க நிற்கும் இந்தியனைக் கண்டதும் எமில்கா எழுந்து சென்று காஃபி மெஷினை இயக்கினாள். அமர்ந்திருந்த தெரிபாவிற்கு "குட் ஈவ்னிங்" சொல்லிக் கடந்தவன் எமில்காவிடம் "ஒன் காஃபி ப்ளீஸ் *mi amore*" என்றான்.

அவள் புன்னகையுடன் நீட்டிய சூடான காஃபி குவளைக்குள், ஹேஷல் நெட் சிரப் தெளித்து சிறிது க்ரீமர் வில்லையை உடைத்து ஊற்றிக் கலந்தவன் அவர்கள் அமர்ந்திருந்த இருக்கைக்கு எதிரே சென்றமர்ந்து கொண்டான். தெரிபாவின் அருகில் வந்தமர்ந்த எமில்கா, “ஹே சந்தன், சிகரெட் வேண்டுமா?” என்று கேட்க, “ஆமாம். வாங்க மறந்து வந்துவிட்டேன்” என்றபடி அவள் நீட்டிய மார்ல்பரோ சில்வரில் இருந்து ஒன்றெடுத்து வாயில் வைத்தான். அவனது ஜீன்ஸின் முன் பின் பக்க சோப்புகளின் மீது சந்தனின் கைகள் தப்பியும் தடவியும் படம் வரைந்து கொண்டிருப்பதைக் கண்ட தெரிபா எழுந்து “அலோ மீ” என்றபடி லைட்டரைப் பற்ற வைத்தாள். நன்றி கூறி விலகி தன் இருக்கையில் சென்றமர்ந்தான் சந்தன்.

ஐந்தரை அடி உயரம், சற்று சதைப் பிடிப்பான தேகம், முக்கோண முகவெட்டு, நீளமாக வளர்ந்திருந்த முடிக்கற்றை முன் நெற்றியில் நெளிந்து கிடந்தது. சவரம் செய்து ஒரு வாரத்திற்கும் மேலான முக நாடியில் முற்களைப் போன்று அங்கிங்காக வெண்மயிர் கால்கள். லேசான சோகம் கவியும் முட்டைக் கண்கள்.

“எதிரில் இருக்கும் கடையில் தான் இதற்கு முன் வேலை பார்த்துக் கொண்டிருந்தேன். இவன் அங்கு மானேஜராக இருக்கிறான். பன்ச் அவுட் செய்யாமல் என் நண்பனுடன் வெளியே சென்று வந்தேன் என்று என்னை பணியில் இருந்து நீக்கிவிட்டான்.

வித்தியாசமான கிறுக்கன். ஒருமுறை தந்தையர் தினத்தன்று உன் தந்தைக்கு வாழ்த்தனுப்பி பரிசேதும் அளித்தாயா? என்று அவனிடம் கேட்டதற்கு, ‘எனக்கு தந்தையர் தினம், அன்னையர் தினம் போன்ற கொண்டாட்டங்களின் மீதெல்லாம் பெரிய நம்பிக்கையில்லை. எல்லாம் நம் சோப்பில் இருந்து காசைப் பிடுங்கும் வியாபார ஜிகினாக்கள். எனைச் சுற்றியுள்ள அனைத்து உறவுகளும் விபத்தினால் கூடியவை தானே. அவற்றை தூக்கிப் பிடிப்பதில் என்ன இருக்கிறது. எந்த உறவாய் இருந்தாலும் பரஸ்பர மதிப்பிருந்தால் போதும்.

வெளியெடுப்பதில் ஏற்பட்ட கால தாமதத்தின் காரணத்தினாலோ, கிளர்ச்சி உச்சியில் கையில் கவசம் கிடைக்காத

காரணத்தினாலோ, உறவு கொள்ள பாதுகாப்பான நாள்களைக் கணிப்பதில் ஏற்பட்ட தவறின் காரணத்தினாலோ, கலைக்க முடியாத காரணத்தினாலோ பிறந்து தொலைத்த பிள்ளைகள் தந்தையர் தின வாழ்த்தனுப்புவதை யோசித்துப் பார்? வேடிக்கையாக இல்லையா?' என்கிறான்'' என்று கூறிச் சிரித்தாள் எமில்கா.

“நிஜமாகவா? கிரேஸி.'' என்றபடி சிகரெட் நுனியில் இருந்த சாம்பலைத் தட்டியபடி சந்தனின் பக்கம் திரும்ப அவனோ பல மைல்களுக்கு அப்பால் மனதை அலை பாய விட்டவனாய் ஒரு மிடர் காபி, ஒரு பஃப் சிகரெட் என்று வானத்தை நோக்கி புகைவிட்டுக் கொண்டிருக்கவே எமில்காவுடன் சேர்ந்து சிரித்தாள் தெரிபா.

“பட் ஹி இஸ் எ நைஸ் கை. ஐ லைக் ஹிம்''

“யு ஃபக்ட் ஹிம்?'' குறுஞ்சிரிப்புடன் எமில்காவின் முகத்தை ஆராய்ந்தாள் தெரிபா.

“நா.. ஹி இஸ் நாட் மை டைப்.. ஸ்ஸ ரியல் ஹார்ட் நட்''

காபி குடிக்க வரும்போது சந்திக்க நேர்ந்தால் பேசுவது, அதுவும் ஹாய் பாய் என்ற அளவில் மட்டும் என்றிருந்த சந்தனுடனான பழக்கம் அடுத்த கட்டத்திற்கு நகர்ந்தது மாஹோவில் இருக்கும் மூன் பாரில் வைத்துதான்.

வெளிர் நிறத்தில் டெனிம் ஷார்ட்ஸும் வெள்ளி போன்று மினு மினுக்கும் பிளவுஸும் அணிந்திருந்தாள். டி.ஜே வின் முன் போய் நின்று கொண்டு மாறிக் கொண்டிருக்கும் இசைக்கேற்ப குதித்துக் கொண்டிருந்தவள் தொலைவில் தனியே இருந்து பீர் குடித்துக் கொண்டிருந்த சந்தனைக் கண்டதும் வந்தாள்.

சந்தனின் சிநேகப் புன்னகையில் பீரில் நனைந்து வளைந்திருந்த மீசையின் நுனி மயிர்கள் பற்களைத் தொட்டு நின்றன. சிகரெட் கறை படியாத அழகான பல்வரிசை அவனுக்கிருந்தது. நண்பர்களின்றி தனியாக வந்திருந்தான். வார இறுதியில் வந்தமர்ந்து இசையை அனுபவித்தபடி இரண்டு மூன்று ட்ரிங்க்ஸ் எடுத்துக் கொள்வது. யாராவது பெண்கள் படிந்தால்

அளவளாவவாவது வாய்ப்பமைந்தால் இரவை சேர்ந்து கழிக்கலாம் இல்லையா?

கேட்பதற்கு எளிதாக இருந்தாலும் அப்படி நிகழ்வது என்னவோ அபூர்வம்தான். சந்தனின் வாய் அப்படி. வியாபாரத்தில் வாடிக்கையாளரை வளைக்க உதவும் பேச்சு தந்திரம் பெண்களிடம் எடுபட மாட்டேன் என்கிறது.

சரியான மெண்டல் கூதியான் என்று நினைத்தபடி இவனைக் கடந்து சென்று விடுகின்றனர். பிறகேன் இந்த மானங்கெட்ட பிழைப்பு என்றால், ஒரு பயிற்சி தான். வயது நாற்பதைக் கடந்தாகிவிட்டது, வாழ்வில் பாதி கரைந்துவிட்ட நிலையில் மிச்சமிருப்பதை மனம் போன போக்கில் வாழ்ந்து பாப்போம் என்றொரு முயற்சி.

இன்னொரு சவுகரியம் என்னவெனில் இந்நாட்டில் மனதில் உள்ளதைப் பளிச்சென்று தெரியப்படுத்திவிடலாம். பிடித்திருந்தால் தொடர்பு எண் கிடைக்கும்.

‘ஸாரி அயம் டேக்கென்’ கேஸ் என்றால் அவளின் பதிலுக்கு மதிப்பளித்து உள்ள மரியாதையுடன் நகர்ந்து விடலாம். ஊரில் என்றால் கேவலம் சின்ன ஸ்பரிஷத்திற்கு கூட காதலே, உயிரே, முத்தே, நெஞ்சே, கரலே, குடலே என்று சர்க்கரைத் துகள் தூவிய வார்த்தைகளை முறுக்காகப் பிழிந்து உளக்கிடக்கை பூடகமாக தெரியப்படுத்தி...உஷ்...தாவு தீர்ந்துவிடும்.

நாம் பேசும் வார்த்தைகளை வைத்து தான் நம்மை மதிப்பிடுவார்களென ஆயிரத்தெட்டு பில்டர்களை வாய்க்குள் வைத்துக் கொண்டு பேசி வந்தவன் இந்த நாட்டிற்கு வந்த பிற்பாடு பால் பேதமில்லாமல் வெளிப்படையாகப் பேசுவதை எண்ணி பல சமயங்களில் அவனே வியந்திருக்கிறான்.

இந்நாட்டின் சூழல் தன்னை இவ்வாறு மாற்றி விட்டதா அல்லது தன்னுடைய இயல்பாக இருந்த ஒன்றை அடக்கிக் கொண்டு ஊரில் நல்ல பிள்ளை வேஷம் கட்டிக்கொண்டிருந்தானா என்பது சந்தனுக்கு இன்னும் புலப்படாத விடயம். ஆனாலும் அதிலிருக்கும் சுதந்திரத்தில் தனி சுகமிருப்பதாக உணர்ந்தான்.

பார் அட்டெண்டரை அழைத்து, “என் தோழிக்கு ஒரு ட்ரிங்க்” என்றான். க்ரேன் பெரி ஜூஸ் கலந்த க்ரே கூஸ்

வோட்கா குளிர்ச்சியாக தெரிபாவின் முன்னால் கொண்டு வைக்கப்பட்டது.

"எனக்கு நடனம் என்றால் கொள்ளைப் பிரியம். நீ நடனமாடுவதில்லையா?"

"இல்லை, மனதிற்குள் வைப் செய்தபடி அமர்ந்திருக்கிறேன். எனக்கும் நடனத்திற்கும் ஏழாம் பொருத்தம். எனக்குத் தெரிந்ததெல்லாம் கரிபியன் நடனம் தான். வைன் அண்ட் கிரைண்ட் (wine & grind)" என்றபடி அமர்ந்த இடத்திலிருந்தே வயிற்றால் மாவரைத்துக் காட்டினான்.

"அட, நீ ஒரு சிடுமூஞ்சி. யாரிடமும் விழ மாட்டாய் என்றாளே என் தோழி"

"ஆமாம். உன்னைப் போன்றதொரு அழகிய பெண்ணைப் பார்த்தும் விழவில்லையெனில் அந்த ஆணுக்கு ஏதோ குறையிருக்கிறது என்றல்லவா அர்த்தம்?"

"போதும் சந்தன். நீ சொல்லத் தேவையில்லை. இத்தனை வெளிப்படையாக வழிவதிலேயே தெரிகிறது" என்றபடி மறுபடியும் நடனமாடச் சென்றாள்.

அவளின் அலட்சிய பதிலில் மனம் ஒரு கணம் சுணங்கித்தான் போனதென்றாலும் உள்ளுணர்வு தைரியமூட்டியது. இந்தமாதிரி விஷயங்களில் அவன் ஒரு அறுவை சிகிச்சை நிபுணனைப் போல, தன் உள்ளுணர்வை தீர்க்கமாக நம்பி முடிவெடுப்பவன்.

அவள் ஆடுவதை ரசித்தபடியிருந்தான். அவள் தோழிகளுடன் வந்திருந்தாள் போலும். அனைவருமாக கெட்ட ஆட்டம் போட்டுக் கொண்டிருந்தனர்.

மீண்டும் அவனருகில் வந்தமர்ந்தாள். "இன்னொரு ட்ரிங் வாங்கவா?" என்றான்.

"ஹ்ம்ம்.. வேண்டாம். ஏற்கனவே நான் போதுமான அளவிற்கு குடித்திருக்கிறேன்."

"தட்ஸ் ஒகே. ஒன் பார் தி ரோட்."

தெரிபாவின் தோழிகள் இங்கு முடித்துவிட்டு வேறொரு டான்ஸ் க்ளப் செல்வதற்கு தீர்மானித்திருந்தனர். தன்னை

வீட்டில் கொண்டுவிடும் சிரமம் வேண்டாமென்றும், அந்நேரத்திற்கு ஜிப்ஸி சர்வீஸ் இருக்கும், தான் அதைப் பிடித்து செல்வதாகக் கூறி அவர்களிடம் இருந்து விடை பெற்றிருந்தாள். சந்தன் அவளுக்கு ஆட்சேபனை இல்லாத பட்சத்தில் தானே கொண்டு வீட்டில் இறக்கி விடுவதாகக் கூறினான்.

காரில் வந்தமர்ந்தவளிடம், "வயிற்றிற்கு ஏதாவது போட்டுவிட்டுப் போகலாமா?" என்று கேட்டான்.

'பெய்ரூத்'தில் வண்டியை நிறுத்தினான். லெபனீஸ் உணவகம். லாம்ப் ரேக்கும் சிறிது காய்கறி ஸாலதும் ஆடர் செய்தனர்.

கொழுப்பு நெய்யாக உருகும் ஆட்டின் குருக்கெலும்பை கடித்திழுத்து சுவைத்தவள் "ஜூஸி" என்றாள்.

"ஆமாம்" என்றபடி மூக்குறிந்தான் சந்தன்.

பல நாள் பட்டினியில் கிடந்த காட்டு மிருகத்தைப் போன்ற ஆக்ராந்தம் அவள் உணவுண்ணும் வேகத்தில் தெரிந்தது.

"குடிக்க வைன் சொல்லவா?"

குளிரூட்டப் பட்ட *Minuty Rose* இருவருக்கும் பரிமாறப்பட்டது. மீன்கள் தோற்றன, அவ்வளவிற்கு இருவரும் குடித்து நிறைத்துக் கொண்டனர்.

காரின் அருகில் வந்ததும் சிகரெட் பெட்டியை நீட்டினான். ஒன்றை எடுத்துப் பற்ற வைத்தவள்.

"என்னை மன்னித்து விடு.." என்றாள். குழம்பும் புருவ நெளிவுகளுடன் போதை அழுத்தும் இமைகளைத் தூக்கிப் பிடித்தபடி அவளைப் பார்த்தான்..

"நீ சரியான கஞ்சனென்று நினைத்திருந்தேன். அப்படிதான் உனைப் பற்றி கேள்வியும் பட்டிருந்தேன். என்னிடம் எதுவும் ட்ரை செய்கிறாயா என்ன?"

சிரித்தபடி இல்லை என்று தலையாட்டினான்.

"சிலரைப் பார்த்த மாத்திரத்தில் ஈர்ப்பும் அணுக்கமும் தோன்றுமே அதுமாதிரி ஓர் உணர்வு உனைக் காண்கையில். அதுமட்டுமல்ல, திறந்த புத்தகத்தைப் போன்ற உனது பழக்க

வழக்கம் எனக்கு மிகவும் பிடித்திருக்கிறது.''

அவள் சிகரட்டை உள்ளிழுத்து ஊதினாள்.

“ஆனால் நீ ஒரு புதிர். நான் நினைப்பது சரியென்றால் நீ ஜெமினியில் பிறந்திருக்க வேண்டும். உனக்கு இரட்டை முகம். ஒன்றை மறைத்து ஒன்றை காட்டும் குணம்'' .

போகிறபோக்கில் போதையில் அடித்து விட்டதாக இருந்தாலும் அவள் சொன்னதில் உண்மை இருந்தது.

“ஆமாம். நான் ஜெமினி தான். இரட்டை முகமா என்று எனக்குத் தெரியாது. எது உன்னை அப்படி நினைக்க வைத்தது?''

“தெரியவில்லை. ஹ்ம்ம் இவ்வளவு நேரம் உன்னுடன் இருந்ததில் கவனித்ததை வைத்தே சொல்கிறேன். நீ பிற இந்தியர்களைப் போன்றில்லாமல் ஒரு கரீபியனைப் போன்று பீப்பாய் பீப்பாயாக குடிக்கிறாய். மாமிசம் உண்கிறாய்.''

“இதென்ன பெரிய விஷயம். பூச்சியையே பச்சையாக என்னால் உண்ண முடியும். சமைத்த இறைச்சியை உண்பதில் என்ன கெட்டுவிடப் போகிறதென்று இறங்கிவிட்டேன். ஸ்பெகட்டி இல்லாமல் பூச்சியும், ஸ்பெகட்டியுடன் இறைச்சியும்.. ம்ம்ம்ம்ம்.. டெட்லி காம்போ'' என்றான்.

உரக்கச் சிரித்தாள் தெரிபா. “ஸீ..ஸீ.. ஐ டோல்ட் யு.. நீ ஒரு விநோதம்.''

தோள்களை உயர்த்தி ஒரு பக்கமாக தலையைச் சரித்து தெரியவில்லை என்பது போல் பாவித்தான்.

“யாராவது இதற்கு முன் சொல்லியிருக்கிறார்களா என்று தெரியாது. உனக்கு ஒரு தென்னிந்திய சாயை'' என்றான். சிரித்தாள்.

“இந்திய சாயை என்றிருக்கிறார்கள். தென்னிந்தியா என்று குறிப்பிட்டு சொல்வது நீ தான்..''

“அதுசரி, எப்படி அது?''

“புதிதாக ஒன்றும் இல்லை. அடிமையாகப் பிடித்து வரப்பட்டவர்கள் எல்லாருக்கும் இருக்கும் அதே கதை தான். நூற்றாண்டுகளுக்கு முன்னர் பிரஞ்சுக் காரர்கள் கரும்புத்

தோட்டத்தில் பணிபுரிய ஈஸாக்கி மூது எனும் பெயர் கொண்ட என் மூதாதையைப் பிடித்து வந்தார்களாம்.

வந்த இடத்தில் ஏலி என்கிற ஆப்பிரிக்கப் பெண்ணை கட்டிக் கொண்டார். அவர்களுக்கு பத்து குழந்தைகள் பிறந்தன. அதில் ஒன்பதும் இறந்து போக, அவர் ஒரு முக்கோணக் கருங்கல்லை வீட்டிற்குள் வைத்து வணங்கி அடுத்துப் பிறந்த பெண்ணிற்கு ஈஸாகி என்று அவர் வணங்கிய தெய்வத்தின் பெயரையே வைத்திருக்கிறார். அவரது மனைவியோ இறந்து போன மூதாதையர்களின் தலைமுடிகளை சிறு தோல்பைகளில் சேமித்து வைத்து அவர்களை வணங்கிக்கொண்டு மரஞ்செடி கொடிகளுடன் சஞ்சரித்துக் கொண்டும் இருந்தாராம்.

இரண்டு பேருக்கும் இரண்டு விதமான நம்பிக்கை இருந்தாலும் ஒரு குடிலில் புழங்கி குழந்தைகளைப் பெற்று வளர்த்திருக்கின்றனர். கத்தோலிக்கராய் வளர்ந்த ஈஸாகி பெற்றோர்களின் மறைவிற்கு பின் அவள் தாய் பயன்படுத்திய அச்சிறு தோல் பைகளை எரித்துக் களைந்தாலும், அந்த முக்கோணக் கல்லை மட்டும் பத்திரமாக அவளுக்குப் பிரியமான தகப்பனின் நியாபகத்திற்கு வைத்திருந்தாள். அக்கல் அவரின் நியாபகமாக வீட்டு அலங்காரப் பொருட்களுடன் வெகு நாட்களாக வீட்டில் இருந்ததாம். ஈஸாகி என் தாத்தாவின் அம்மா. என் தாத்தா ஓரளவிற்கு வசதியான கத்தோலிக்க கிறிஸ்தவராய் வாழ்ந்திருக்கிறார். அவருக்கு ஐந்து குழந்தைகள் பிறந்தன. என் அம்மா மூத்தவள். அவளின் பதின் பருவத்தில் குடும்பத்தில் வறுமை பிடித்துக் கொண்டது. அந்த முக்கோண வடிவக் கல் தொலைந்ததில் இருந்து தான் தரித்திரம் பிடித்துவிட்டதாக அம்மா புலம்பிக் கேட்டிருக்கிறேன்.

என் வம்சத்தில் எல்லோரும் இந்தியர்களைப் போல ஒரு துணையுடனே வாழ்ந்து மடிந்தனர். எனக்கு இந்தியர்களிடம் பிடித்ததும் அதுதான். என் அம்மாவும் கூட அப்படிதான். என்னுடன் பிறந்தவர்கள் ஏழு. அத்தனையும் என் அப்பா ஒருவருக்குப் பிறந்தவர்கள். ஆனால் என் அப்பாவிற்கு எங்களைத் தவிர வெவ்வேறு பெண்களுக்குப் பிறந்தது எட்டுக் குழந்தைகள். தனி கரீபியன் அவர். நானும் என் அம்மாவைப் போன்று வாழவே விரும்பினேன். ஆனால் அவ்வாழ்க்கை

என்னை நெருப்பில் குளித்து கரையேறச் செய்துவிட்டது.” சிகரெட்டை தூக்கி எறிந்தாள்.

“வாவ்..”

“ஆமாம், நீ ஏன் உன்னை கஞ்சனாகக் காட்டிக் கொள்கிறாய்?”

“எனக்குத் தெரியவில்லை. எதை வைத்து அப்படி நினைக்கிறார்கள் என்று. என்னளவில் நான் தாராளமாக இருப்பதாகவே நம்புகிறேன். பிறகு இங்கிருக்கும் ஆண்களுக்கு ஒரு குணம் இருக்கிறது. பெண்ணாய் இருந்தால் மட்டும் போதும் நாளையைப் பற்றிய யோசனை சிறிதும் இன்றி சம்பாதிக்கும் அனைத்தையும் கொண்டு காலில் கொட்டிக் கொடுப்பார்கள். என்னால் அப்படி இருக்க முடியாது”

“நீ ஒரு ஆஸ் ஹோல்.”

“ம்... உன் தோழி கூறினாளா?”

“இல்லை, நான் கூறுகிறேன்” தோள்களை உயர்த்தி ஒரு பக்கமாக தலையை சரித்து தெரியவில்லை என்றான்.

“அடுத்தென்ன?”

“வீட்டிற்குப் போகலாம்”

“உன் வீட்டிற்கா?” என்றாள்.

“நான் தங்கியிருப்பது முதலாளி அளித்திருக்கும் வீட்டில், மூன்று பேர் கூட வசிக்கிறார்கள். பெண்களை அழைத்து வருகிறேன் என்று அறிந்தால் என் கழச்சிகளை அறுத்தெடுத்து காதுகளில் பாம்படமாக தைத்துத் தந்து விடுவார் முதலாளி”

கார் நேராக அவள் வீடிருக்கும் வீதியில் நின்றது.

“அடுத்து என்ன?” என்றாள்.

“வீட்டிற்குச் சென்று தூங்க வேண்டியது தான்”

“அது சரி. இத்தனை செலவு செய்திருக்கிறாயே. உனக்கு நான் ஏதாவது கைம்மாறு செய்தாக வேண்டுமே!”

தன்னைச் சீண்டிப் பார்த்து ஆழம் பார்க்கிறாள், விழக்கூடாது என்று நினைத்தவன், “ச்சீ, என்னை நீ பிற ஆண்களைப் போன்று நினைத்து விட்டாயா? உண்பதற்கோ குடிப்பதற்கோ

வாங்கிக் கொடுத்து விட்டு கை போட நினைக்குமளவிற்கு மட்டமானவன் இல்லை நான்."

"ஓவ்.. ஓவ்.. *Easy Papa..*"

"ஆனால், உன்னிடத்தில் இருந்து ஒரு உதவி வேண்டும்."

"சொல்" என்றாள் நகைத்தபடி.

"நேரம் கிடைத்தால் எனக்கு பிரெஞ்சு கற்றுக் கொடுப்பாயா?"

"என்ன? ஹ்ற.. சரி"

"பை.. குட்நைட்."

"குட் நைட்."

'கிறுக்கன்' என்று முணுமுணுத்தபடி வீட்டிற்கு நடையைக் கட்டினாள்.

3

Te incito / I encourage you
A aliviarnos las penas y curarno' en la cama / To alleviate our sorrows and heal ourselves in bed

Te admito / I admit it to you
Baby, si haces que lo olvide, puede que vuelva mañana / Baby, if you make me forget him, I may come back tomorrow

சந்தனின் முதலாளிக்கு செயின்ட் லூயிஸ் தீவில் கிளை போடும் திட்டம் இருந்தது. தனக்கு பிரெஞ்சு மொழியில் நல்ல பரிட்சயம் கிடைக்கும் பட்சத்தில் தான் தனியே அங்கு சென்று நிர்வகிக்க முடியும் என்று நம்பினான். வயது நாற்பதைத் தாண்டி இரண்டு வருடங்கள் ஆயிற்று. வயதிருந்த காலத்தில் சகோதிரிகளை நல்ல இடத்தில் திருமணம் செய்து கொடுக்கும் தகப்பனின் சுமைகளுக்குத் தோள் கொடுப்பதிலும் வயதான காலத்தில் கால் நீட்டிப் படுக்க வீடு கட்டும் மும்முரத்திலுமே முழுக் கவனமும் போயிற்று. அதன் பின்னர் வந்த வரன்கள் தன் சொந்த 'சிந்தி' இனத்திலிருந்தே வந்திருந்தாலும், அம்மா போய் விடுவாள், அப்பா போய் விடுவாள், குடும்பம் மீண்டும் நடுத்தெருவிற்கு வந்துவிடும் என்று எழவெடுக்கும்

காரணங்களுடன் ஜாதகப் பொருத்தம் இருந்ததால் எல்லாம் தட்டிப் போய்க் கொண்டிருந்தது.

ஏழாவது வீட்டில் சந்திரனும், சுக்கிரனும், சனியும் செவ்வாயும் கூடி கும்மியடிக்கிறார்கள் என்று பெயர் கேட்ட ஜோதிடர்கள் கூறிவிட்டார்கள். அம்மாவும், சகோதரிகளும் தேடித் தேடி பரிகாரம் செய்கிறேன் என்று பணத்தை விரயம் செய்து கொண்டிருக்கவே, போதும் இனி நான் யாரையும் கெட்டுவதாக இல்லை. என் உலகில் எல்லாம் ஏற்கனவே தீர்மானிக்கப்பட்டு விட்டிருக்கிறதென்றால், அதன் போக்கிலேயே வாழ்ந்து கொள்கிறேன் என்று ஆட்டத்திலிருந்து விலகிக் கொண்டான் சந்தன்.

“கண் காணாத தேசத்தில் கிடந்து கஷ்டப்பட்டு, எல்லாருக்கும் செய்ய வேண்டியவற்றை எல்லாம் செய்து முடித்தாயிற்று. அவன் களைத்து வந்தால் தேற்றுவதற்கும், அந்தி உறங்குவதற்கும் அவனுக்கு ஒரு துணை வேண்டும். அதுவும் நம் ஜாதியிலே கிடைத்தால் உத்தமம்” என்றிருந்த குறிக்கோள். வருடங்கள் போகப் போக தளர்வுற்று “நம் ஜாதியில் இல்லையென்றாலும் பரவாயில்லை. வயதான காலத்தில் பெற்றோரை கவனித்துக் கொள்ளும் ஏழைப் பெண்ணாக இருந்தாலே போதும்” என்று சகோதிரிகளுக்கு ஒன்றாகவும் “எங்கள் காலம் கழிந்தால் அவனுக்கு யார் இருக்கிறார்கள்” என்று பெற்றோர்களுக்கு ஒன்றாகவும் ஆகிப் போனது.

சந்தன் இத்தீவிற்கு வந்தது அவன் தூரத்து உறவினர் ஒருவருடைய துணிக் கடையில் வேலை செய்யும் பொருட்டு தான். அகஸ்தீஸ்வரம் விவேகானந்தா கல்லூரியில் படித்துக் கொண்டிருந்தவனை இரண்டாம் ஆண்டு முடித்த நிலையில் கடன் பட்டு அனுப்பி வைத்தனர். உறவுக்காரர் தீவிர கண்காணிப்புடன் வீட்டிலேயே தங்கவைத்துக் கொண்டார்.

“சூதாடச் செல்கிறாய் என்றோ, பெண்களின் சூத்தின் புறமே அலைகிறாய் என்றோ அறிந்தால் அடுத்த நிமிடமே வீட்டிற்கு அனுப்பி விடுவேன். இது எதையும் செய்வதில்லை என்று சத்தியம் செய்” சந்தன் உறுதியளித்த பின்னரே விமானம் ஏற்றினார்.

பிறரைப் போன்று ஒரு மணி நேரத்திற்கு எட்டு டாலர் அல்ல ஐந்து டாலர் தான். எட்டு மணிநேரமெல்லாம் இல்லை பதினைந்து மணிநேரம் வேலை. வாரத்தில் அரை நாள் தான் ஓய்வு. அவர்களுடனே தங்கிக் கொண்டும், அவர்கள் சமைப்பது பிடிக்கிறதோ இல்லையோ தருவதை உண்டு கொண்டும் விசுவாசத்துடன் உழைத்தான்.

இதற்கிடையே வீட்டில் ஒவ்வொரு மங்கள விஷயங்கள் நடந்தேறும் தோறும், "நல்ல வேளை உன்ன இங்க கூட்டிட்டு வந்தேன். இல்லன்னா இதெல்லாம் நெனைச்சமாதிரி நேரத்துல நடக்குமா? ஊரில் ஒவ்வொருத்தனும் பணம் சம்பாதிக்க திண்டாடயில்லா செய்றாங்க" வென பீப்பி ஊதுவார். சந்தனும் நன்றியுணர்வுடன் தலையாட்டிக் கொண்டிருப்பான்.

தன் திறமையும், உலகமும் மெதுவாகப் பிடிபடத் துவங்கியதுந்தான் சந்தனுக்கு தன் சூத்து வருடக் கணக்காக கிழிக்கப்பட்டிருப்பது புரிந்தது. அடுத்த வெக்கேஷனுக்காக ஊருக்குச் செல்லுமுன் தற்போது பணிபுரியும் நிறுவனத்தில் பணி ஒப்பந்தம் செய்து கொண்டான். அவர் கடையில் வேலை செய்வதை நிறுத்தும் வரையில் பதினாறு வருடங்கள் அவன் செய்து கொடுத்த சத்தியத்தைக் காப்பாற்றினான். இப்போதுவரையில் சூது அவனுக்கு ஆகாது.

குடும்பப் பொருளாதாரத்தில் கணிசமாக பங்காற்றும் உரிமையில் விர்ச்சுவல் அதிகாரம் காட்டிக் கொண்டிருந்தான். கடமைகள் நிறைவேறுமட்டும் அனுசரித்தவர்கள், இப்போது நீ என்ன சொல்வது நாங்கள் என்ன கேட்பது என்ற நிலைக்கு வந்துவிட்டனர். அவர்களைச் சொல்லியும் குற்றமில்லை வயதான குழந்தைகள். சொல் பேச்சு கேட்கும் குழந்தை எங்கிருக்கிறது.

அவனுக்கிருந்த பெரிய பயமே அவனுடன் சேர்ந்து பெற்றோர்களுக்கும் வயதாகிக் கொண்டிருப்பது தான்.

மீன் சந்தையில் வாய் கட்டப்பட்ட பூனையாக வாழ்ந்து வந்தவனுக்கு வயது போகப் போக கையோடு அற்று வந்து விடுமோ என்று பயம் தோன்றவே இரண்டாம் சத்தியம் புஷ்ஷாகிப் போனது.

போஞ்ஜுர் - வணக்கம்

ஸ வா - நலமா

ஸ வா பியான் - நலமாக இருக்கிறேன்

மெர்ஸி - நன்றி

ஜெ வ்உ ஆங்ன் ப்ரே - *You are welcome*

சந்தனுக்கும் ஓரளவு பிரஞ்சு தெரியும். சென்னை ஸ்டெல்லா மேரிஸின் பிரஞ்சு பேராசிரியை சாவித்திரி நடத்திய இணையவழி ஸூம் வகுப்பு ஓரளவிற்கு கை கொடுத்தது. சில இலக்கியப் பரிட்சயமும் கிடைத்தது. தத்தைக்கா புத்தைக்கா என்று ஒருவாறாகப் பேசி பிரெஞ்சு வாடிக்கையாளர்களை சமாளித்து விடுவான் தான். சரளம் வேண்டுமே, அதற்கு கடலை போடுவதுதான் ஒரே வழி.

பெரும்பாலும் தெரிபாவிடம் முதல் கடலையை எறிவது சந்தன் தான். இவன் அனுப்பும் தப்பும் தவறுமான பிரெஞ்சை ஒன்றிரண்டு நாட்கள் திருத்தி சரியான உச்சரிப்புடன் அனுப்பிக் கொண்டிருந்தாள். பின்னர் சில நாள்களுக்கு எந்தத் தொடர்பும் அவளிடமிருந்து இருக்காது. பிறகொரு, நாள் காபிக் கடை மீண்டும் அவர்களை ஒன்று சேர்க்கும். இப்படியே ஓடிக் கொண்டிருந்தது.

விமான நிலையப் பணி ஒப்பந்தம் முடிய இருந்த தருணத்தில் சந்தன் தனக்கு அறிந்த பீர் தயாரிக்கும் நிறுவனத்தின் கணக்கர் துறையில் வரவிருக்கும் பணியிடத்திற்கு தெரிபாவை விண்ணப்பிக்கச் செய்து அதற்குத் தேவையாக இருந்த குயிக் புக்ஸ் அக்கவுண்ட்ஸ் சாஃப்ட் வேரில் அவனுக்கிருந்த அனுபவத்தை அவளுக்கு கற்றுக் கொடுத்த அக்கறையோ இல்லை சைக்கோ கொலையாளிகளுக்கும் கலைஞர்களுக்கும் இருப்பது போன்று அவன் கோழி முட்டைக் கண்ணிற்குள் தெரியும் ஒருவகை சோகம் கவிந்த குழந்தைமையோ, பெண் விழுந்துவிட்டாள்.

சமயங்களில் உரையாடல்களின் போது சூசகமாக தெரிவித்துப் பார்க்கவும் செய்தாள். பயல் பிடி கொடுக்காமல் நழுவிக் கொண்டிருந்தான்.

ça va

                          oui, ça va bien. et toi???

Qu'est-ce que tu fais?

                je suis ici entrain de cuisiner une soupe au Bœuf

Oui..super.. à la maison??

        (அட மரமண்ட, சமையல் வீட்டில் செய்யாமல் காட்டிலா செய்வேன்)
                      tu comprends ce que j'ai dit??

Oui un peu

                              qu'est ce que tu fais?

rien.. j'ai marche 10 km..je suis allé à la plage,
Maintenant je me repose

                                        D'accord..
        On dirait que tu as passé une merveilleuse journée.
                tu es allé a la plage sans m'inviter??

je suis allé avec mes amis.
Nous pourrons tous aller ensemble un autre jour.

                                          D'accord 😊
                je vais mettre mon téléphone en charge.
                                            j'ai8%
                                          je t'aime 😊

D'accord 😊

அட தத்திப் புந்த.. என்று நினைத்துக் கொண்டு பாக்கியிருக்கும் வேலைகளைப் பார்க்கத் தொடங்கினாள் தெரிபா.

4

Un lunes se marchó / One Monday he left

A las 6 y 24, yo dormida; de mí no se despidió / at 6.24 I was asleep, he didn't say goodbye to me

Y hoy derramo cada lágrima en tu pecho / And today I shed every tear upon your chest

No eres él, pero quiero un beso / You're not him, but I want's a kiss

அன்று சனிக்கிழமை வழக்கமாக எட்டு மணிக்கு சாத்தும் கடையை ஐந்து மணிக்கே அடைத்துவிட்டனர். சனிக்கிழமையும் எட்டு மணிவரை இருந்தால் எவ்வளவோ தேவலாம் என்று தோன்றியது சந்தனுக்கு. வீட்டில் எவ்வளவு நேரம் சுவரைப் பார்த்தபடி இருப்பது. ஒரு சிக்ஸ் பேக் பீர் வாங்கிக் கொண்டு வீட்டிற்குச் சென்று நெட் பிளிக்ஸில் ஏதாவது படம் பார்க்கலாம் என்று முடிவு செய்தான். சமூக வலைதளங்களிலும் பெரிய ஈடுபாடு கிடையாது.

பேஸ்புக்கின் இண்டெலெக்ச்சுவல் புளுத்திகளும், இன்ஸ்ட்டாவில் ஏஸ்தட்டிக் புளுத்திகளுமாக ஒரே அலுப்பு. வேலை முடியும் வரை அநாவசியமாக ஒரு பிரேக் எடுக்க மாட்டான். நாளின் முதல் சிகரெட்டை வேலை முடிந்த பின்னர்தான் பற்ற வைப்பதே. வீட்டில் இருந்தால் ஒவ்வொரு மணி நேரத்திற்கு ஒன்றை பற்ற வைக்கத் தோன்றும். விடுமுறை நாள் வந்தால் புகைத்துக் கசப்பேறிய நாவுடன் தான் படுக்கையில் விழுவது.

எமில்கா துரித உணவுக் கடை பணியில் இருந்து நின்றிருந்தாள். அதிலிருந்து தெரிபா காபிக் கடைக்கு அவ்வளவாக வருவது கிடையாது. புதிய வேலையில் சேர்ந்ததில் இருந்து இருவரும் போனில் பேசிக் கொள்வதும் குறைந்து போனது. பீர் வாங்க சூப்பர்மார்கெட்டிற்குள் நுழைந்த போது தெரிபா அழைத்தாள்.

"உயிருடன் தான் இருக்கிறாயா தெரிபா?"

"ஆமாம். எப்படி இருக்கிறாய்?"

"நன்றாக இருக்கிறேன்"

"என்ன பிளான்? வெளியில் எங்கும் செல்கிறாயா?"

"இல்லை தெரிபா."

"கடற்கரைக்கு செல்வோமா?"

கொரோனா பீர் சிக்ஸ் பேக் ஒன்றை வாங்கிக் கொண்டு கிளம்பினான். கலங்கரை விளக்கத்தின் முன்னால் இருக்கும் தூண்டில் வளைவு நோக்கிச் சென்றனர். சிலர் குழந்தைகளை அழைத்து வந்திருந்தனர், வயதானவர்கள் நடைப் பயிற்சி செய்து கொண்டிருந்தனர். ஒரு சிலர் ஓரமாக அமர்ந்து தூண்டில் வீசிக் கொண்டிருந்தனர். நீல நிறப் பூனைக் கண்களும், தங்க நிற கேஷமும் கொண்ட இளம்பெண்ணொருத்தி அவள் காதலன் கைகளைக் கோர்த்தபடி நடந்து கொண்டிருந்தாள்.

பல்வேறு நிறங்களில் பாய்மரப் படகுகள் நீரில் ததும்பிக் கொண்டிருக்கும் நிலையில் தூரத்தில் மறையும் சூரியனைக் காண கொள்ளை அழகாக இருந்தது. இருவரும் அஸ்தமன அழகை ரசித்தவாறு ஒரு திண்டில் அமர்ந்து பீர் குடிக்கத் தொடங்கினர்.

இத்தீவு அவனுக்குப் பெரிய ஏமாற்றம் கொடுக்கவில்லை. "கடக்கரையில கிடக்க கல்லையும் மண்ணையும் பெறக்கி வித்தாலே பொழைச்சுக்கலாம்" என்று கன்னியாகுமாரியைக் குறித்து சொல்வார்கள். அப்படி வந்தவர்கள் தான் சந்தனின் பெற்றோரும். இது அளவில் சற்று பெரிய கன்னியாகுமரி. எல்லா இன மக்களும் இருப்பர். எல்லாவருக்கும் எதையாவது செய்து பிழைத்துக் கிடக்க வேண்டுமென்று அவா.

"*je taime*' என்றால் என்ன அர்த்தம் தெரியுமா?"

"தெரியும். ஐ லவ் யு"

"அது லஃவ் யு.. எங்கே திரும்பி சொல்"

"லஃவ் யு"

"த்ரே பியான்"

"எமில்கா சொல்லியிருக்கிறாள். வேலை செய்யும் இடத்தில் என்னை நெருங்க அணுகாத ஒரே ஆள் சந்தன் மட்டும் தான்

என்று. அதுவும் சிங்கிளாக வாழ்ந்து கொண்டு"

"எனக்கும் அவளைப் பிடிக்கும். ஆனால் எத்தனை பெரிய அழகியாக இருந்தாலும் வேலை செய்யும் இடத்தில் யாருடனும் படுக்கையைப் பகிர்ந்து கொள்ளக் கூடாது. அது பெரிய தலைவலி"

"அது சரி.. அதன் பிறகு உன்னால் அவர்களை கண்ட்ரோல் செய்ய இயலாது. அப்படித்தானே?"

"சேச்சே, அது அறமில்லையே. வேண்டுமானால் ஒன்று செய்யலாம் வேலையிலிருந்து தூக்கிவிட்டு முயற்சிக்கலாம்"

"ஆர் யு கிரேஸி சந்தன்?"

"விளையாட்டுக்குச் சொன்னேன். நான் அப்படி யாரிடமும் நடந்து கொண்டது இல்லை." என்று கூறிச் சிரித்தான்.

"ஓ.. உனக்கு பெண் தோழி யாரும் இருந்தது இல்லையா?"

"அது இன்னும் பிரச்சனை. அழைக்கும் நேரங்களில் எல்லாம் பேசியாக வேண்டும். கூட்டிக்கொண்டு அங்கும் இங்கும் சுத்த வேண்டும். அதையும் இதையும் வாங்கிக் கொடுக்க வேண்டும். மலை உச்சியில் இருந்து குதிக்கும் மன நிலையிலேயே எந்நேரமும் இருக்கத் தோன்றும். வன்முறைக்கும் பைத்தியக் காரத் தனத்திற்கும் இட்டுச் செல்லும். உணர்ச்சிக் கொந்தளிப்பிலேயே எந்நேரமும் இருக்கும் வயதைக் கடந்து விட்டேன் என்று நினைக்கிறேன். இப்போதிருக்கும் மனநிலையில் I prefer No string attached"

"உன்னையும் ஒரு ஆணாக மதித்து இடைக்குக் கீழே ஒரு பைப்பை இணைத்து அனுப்பியிருக்கிறானே அந்தக் கடவுள். உனக்குறியவளை நீ தான் பார்த்துக் கொள்ள வேண்டும். நீ செலவுக்குக் கொடுக்காவிடில் அவள் என்ன கழுவாத பூச்சியுடன் உன் முன் வந்து நிற்கவேண்டும் என்றா விரும்புகிறாய்?"

"அவசிய மயிரே இல்லை. தேவையென்றால் ஹோர் ஹவுஸ் செல்லுவேன்.."

"ஓ.. நீ அங்கெல்லாம் செல்வாயா?" ஆச்சரியத்துடன் தெரிபாவின் கண்கள் விரிவதைக் கண்டு மேலும் தொடர்ந்தான்

சார்பினோ டாலி

"போனாலும் என்ன ஆகப் போகிறது. மலர்ந்த சிரிப்புடன் மியா மோர் என அழைத்து பூச்சியை விற்க வந்திருக்கும் கொலம்பியப் பெண்களும், ஸார்.. ஸார்.. என பார்ப்பவர்களை எல்லாம் அழைத்து மூளையை விற்க வந்திருக்கும் நானும் ஒன்றுதான் என்கிற நினைப்பும் கூடவே என்னை தொந்தரவு செய்வதால் உரசலை அனுபவிப்பதோடு சரி. இரண்டு பீரை உள்ளே விட்டுக் கொண்டு இசை கேட்டபடி ரிலாக்ஸ் செய்து கொண்டு திரும்பிவிடுவேன்"

"நீ எப்பொழுதுமே இப்படித் தானா? எல்லாவற்றையும் சிக்கலாகவே பார்ப்பாயா? ஒரு ஆணிற்கு பெண்ணுடல் தேவை என்பது இயற்கை தானே?

ஹேய் நான் ஒன்று கேள்விப் பட்டிருக்கிறேன், முன் பின் அறியாதவர்களாக இருந்தாலும் நீங்கள் பெற்றோர்கள் சம்மதித்தால் மட்டும் தான் மணம்புரிந்து கொண்டு கூடுவீர்களாமே. பின்பு அப்பெற்றோர்களுடனே ஒரே வீட்டில் வசிக்கவும் செய்வீர்களாமே. இன்னும் அப்படித்தானா?"

"ஆமாம். குடும்பமாக சேர்ந்து வாழ்வது எங்கள் கலாச்சாரம். நாளை குழந்தை எதுவும் பிறந்தால் கூட அவர்கள் கண் விழித்திருந்து பார்த்துக் கொள்வார்கள். சேர்ந்து வாழும் கணவன் மனைவிக்கிடையே எதுவும் மனக் கசப்புகள் வந்தால் கூட பேசி சரி செய்து விடுவார்கள். கூடுதல் குறைவு என்றால் பெருந்துணையாக இருப்பார்கள்"

"அதெல்லாம் நற்பெற்றோரின் குண நலன் தான். இருந்தாலும் அவர்களுக்கும் தனிப்பட்ட வாழ்க்கையென்று ஒன்று இருக்குமே. அறிமுகமற்ற ஒரு துணையின் முன்னால் அம்மணமாக நிற்பதையோ, அவர்களின் பெற்றோருடன் ஒரே வீட்டில் வாழ்வதையோ என்னால் கற்பனை செய்து கூட பார்க்க முடியவில்லை. உதாரணமாக, நான் என் கணவனின் படுக்கையிலிருந்து நிர்வாணமாக எழுந்து குளியல் அறைக்கோ சமையல் கட்டிற்கோ செல்ல விரும்புகிறேன் என்று வைத்துக் கொள்வோம்.. உஃப்... சுதந்திரமே இருக்காதே"

சந்தன் சிரித்தான்.

"இல்லை, இப்போது எல்லாம் நியூக்ளியராக மாறி வருகிறது.

அவர்கள் என்னைப் பெற்று வளர்த்தவர்கள். அவர்களைப் பேணுவதும் அவர்களின் கடமைகளுக்குத் தோள் கொடுப்பதும் மகனாக எனது பொறுப்பு"

"ம்.. ஒப்புக் கொள்கிறேன்"

"சரி.. இப்போது இரவு நேரங்களில் உன் தோழி ஊர் சுற்றுவாள் இல்லையா. அப்போது அவள் குழந்தைகளை யார் பார்த்துக் கொள்வார்கள்?"

"என்னிடம் விட்டுச் செல்வாள். நான் செல்லும் போது என் குழந்தைகளை அவளிடம் விட்டுச் செல்வேன். சும்மா இல்லை மணி நேரத்திற்கு பத்து டாலர் கொடுத்து தான்"

"எங்கள் பெற்றோர்களாக இருந்தால் அவர்கள் பார்த்துக் கொள்வார்கள்"

"அவர்களுடைய நேரம், ப்ரைவஸி எதற்கும் மதிப்பில்லையா? என்னதான் நெருக்கமான உறவாக இருந்தாலும் எல்லை உண்டும் தானே? நீங்களெல்லாம் கொடுத்து வைத்தவர்கள். பார்ன் ஃபிரீ ரைடர்ஸ்" என்று நகைத்தாள்.

"உனக்குப் புரியாது. அதை விடு. உனக்கு குழந்தைகள் இருக்கிறார்களா என்ன?"

"இரண்டு" என்று விரல்களை நிமிர்த்தினாள்.

இரண்டு குழந்தைகள் இருப்பதற்கான சுவடே அவள் உடலில் இல்லை. இந்நாட்டுப் பெண்களைப் பற்றி திருச்சிக்கார அறைத் தோழன் பகிர்ந்து கொண்ட அனுமானம் நினைவுக்கு வந்தது.

"நம்மளால ஏன் அவ்ளோ தூரத்தில இருந்து வந்து இங்கிருக்க கருப்பனுகள மேய்க்க முடியுது தெரியுமா? இவனுகளுக்கு மண்டைக்குள்ள மூள வேல செய்யாது. அது ஏன் தெரியுமா? இவனுகளுக்க அம்மாமாறுக அழகு கொறைஞ்சுரும்னு மூணு மாசத்தோட பாலு குடுக்கத நிறுத்தீருவாளுக. நீ வேணும்னா யாருகிட்டயும் விசாரிச்சுப் பாரேன்."

சிறுத்து இறுக்கமான இடை, தளர்வுறாத கொங்கைகள் என சிக்கென்று இருக்கும் தெரிபாவை முடி முதல் அடிவரை

வேகப் பார்வையால் அளந்து கொண்டிருந்தவனிடம் செல்போனில் இருக்கும் புகைப் படங்களைக் காட்டினாள்.

கருப்பு நிறத்தில் ஒரு பெண்ணும் வெள்ளை நிறத்தில் ஒரு ஆணும். பெண் குழந்தைக்கு ஆறு வயதும் ஆண் குழந்தைக்கு மூன்று வயதும் இருக்கும். இரண்டு பேருமே தெரிபாவைப் போன்று நல்ல அழகு. மூதாதையின் நினைவாக பையனுக்கு ‘இசக்கியேல்’ என்றும் பெண்ணிற்கு ‘தோரீஷா’ என்றும் பெயர் வைத்திருந்தாள்.

காலி பீர் போத்தல்களை குப்பைத் தொட்டியில் வீசிவிட்டு கிளம்பினர். வழியில் அரபி ஒருவன் நடத்தும் லிட்டில் ஜெருசலேம் ஷவர்மா கடை முன் நின்றனர். அவளுக்கொரு பீப் ரோலும் அவனுக்கு ஒரு ஃபலாஃபெல் ரோலும் மேற்கொண்டு இரண்டு பீரும் வாங்கிக் கொண்டனர்.

“உன் குழந்தைகளின் தகப்பன்கள் இன்னும் உன்னுடன் தொடர்பில் இருக்கிறார்களா?”

முதல் குழந்தையின் தகப்பன் இறந்துவிட்டார். இரண்டாம் குழந்தையின் தகப்பன் ஜெயிலில் இருந்தான். இப்போது தொடர்பில் இல்லை,” என்றபடி பீப் ரோலைப் பிரித்து உண்ணத் தொடங்கினாள்.

“எப்படி இறந்தார்?”

“கேன்ஸர். புகைத்து புகைத்து லங்ஸ் போய்விட்டது”

“ஓ.. ஸாரி”

“என்னை ராணி போல் வைத்திருந்தான். ஒரு வேலை செய்ய விடமாட்டான். ஞாயிற்றுக் கிழமையாக இருந்தால் கூட விடியல் காலையிலேயே எழுந்து துணிகளை எல்லாம் துவைத்து, வீட்டைப் பெருக்கித் துடைத்து உலர்ந்த துணிகளை இஸ்திரி செய்து மடித்து அடுக்கி வைத்துவிட்டு பிரேக் பாஸ்ட் தட்டுடன் என்னை எழுப்புவான். அவனுடன் செலவிட்ட நாள்கள் ஒவ்வொன்றும் அற்புதமானவை”

இருட்டை வெறித்தபடி மென்று கொண்டிருந்தவளின் கைகளை ஆதரவாகப் பற்றினான் சந்தன்.

"அதை விடு. எனக்கு உன் முட்டைக் கண்களைப் பார்க்கும் போதெல்லாம் அவைகள் சோகத்தில் புதையுண்டு இருப்பதாகத் தோன்றும். நான் நினைப்பது சரிதானா சந்தன்?"

"இல்லை, அப்படியெல்லாம் ஒன்றும் இல்லை. அதெல்லாம் உன் தோணல்கள்"

வழக்கமான இடத்தில் அவளை இறக்கி விடும் போது "உன்னை ஒருமுறை அணைத்துக் கொள்ளவா" என்றான்.

அவன் அணைப்பு மெதுவாய் முத்தத்திற்கு நகர, அனுமதித்தாள். தன் இடுப்பைப் பற்றியிருந்த அவன் வலதுகையினை விலக்கி தன் மார்பின் மீது வைக்கவும் வெடுக்கென்று கையை இழுத்துக் கொண்டான். லேசான நடுக்கத்துடன் சந்தனின் உடல் பதறுவதைக் கண்டதும் கொல்லெனச் சிரித்தாள்.

"நீ அஞ்சுகிறாய், சுயம் இழக்க பயம் உனக்கு"

5

Te aseguro, mami, seré el pañuelo / I assure you, Babe, I'll be the handkerchief

Mata la angustia aquí en mi cuerpo / Kill the anguish here in my body

Papi, dame un consuelo / Babe, give me comfort

Seré la cura, quiero tu cuerpo / I'll be the cure, I want your body

ஓர் இரவு புரண்டு புரண்டுப் படுத்தும் தூக்கம் வரவில்லை சந்தனுக்கு. தலைக்குள் என்னவெல்லாமோ ஓடிக் கொண்டிருந்தது. பேசாமல் கையடித்து விடலாமா? அசதியிலாவது உறக்கம் தட்டும் என்று எண்ணியபடி பார்ன் சைட்டில் நுழைந்தான். இந்தியாவில் தொடங்கினால் இலங்கை, ஜப்பான், கொரியா என்று பிடித்து ஐரோப்பாவை ஒரு சுற்று சுற்றி அமெரிக்காவில் இறக்கி விட்டுவிடும் தளம்.

லச்சத்து இருபதாயிரம் முலைகளையும், அறுபதாயிரம் பூச்சிகளையும் பார்த்து மரித்த பெரும் இதிகாச சக்கரவர்த்திகளைக் காட்டிலும் அதிகமான எண்ணிக்கையிலான பெண்கள்

அலைபேசியின் ஒளிர் திரைக்குப் பின்னே சந்தனின் கைகளுக்குள் சுழல தயாராய் இருந்தனர். சக்ரவர்த்திகளின் காலத்தில் வாழ்ந்து மடிந்த எந்த ஏழை ஆன்மாவின் ஏக்கப் பிராத்தனையையோ பிரபஞ்சம் நம் காலத்தில் நிறைவேற்றி இருக்கிறது.

தளத்தின் பெயரை தேடு தளத்தில் டைப் செய்தது தான் தாமதம் 'ça va' என்றொரு மெஸேஜ். தெரிபாவே தான்.

பிரெஞ்சில் சம்பிரதாயப் பேச்சு வழக்கம் போல தொடர, கையடிப்பதிலிருந்து கடவுள் காத்தார் என்று நினைத்துக் கொண்டான் சந்தன்.

என்ன செய்து கொண்டிருக்கிறாய் என்று அவள் கேட்க. அவன் மண்டை கழன்ற கதையில் தொடங்கி மருந்து தேடி பார்ன் தளம் சென்றது வரை ஆங்கிலத்தில் எழுதி அனுப்பினான்.

.
.

que š'est il passé
Tu veux coucher avec moi ce soir??

கூகுள் மொழி பெயர்ப்பைப் படித்தவனுக்கு உடல் ஒரு கணம் சில்லிட்டு மேலும் கொதிக்கத் துவங்கியது.

.
.

ஐ வாண்ட் டு ஹாவ் செக்ஸ் வித் யு ஸோ பேட்
வாண்ட் யு டு மேக் மீ squirt BB

கரண்டி கரண்டியாக எண்ணெய் ஊற்றிக் கொண்டிருந்தாள். சட்டென ஒரு சுதாரிப்பு மனதில் வெட்ட,

.
.

குடித்திருக்கிறாயா?😀😀😀
இது பூஸ் டாக் தானே?

ஆமாம். நான்கு டெஸ்பரடோ, மேற்கொண்டு ஒரு ரெட் ஒயின் பாட்டிலும் காலி

சரி என்ஜாய்.. மற்றவற்றை நீ தெளிவாக
இருக்கும் போது பார்த்துக் கொள்ளலாம்.
Bonne nuit

Bonne nuit
Je t'aime

ஒன்றுக்கடித்துக் கொண்டிருக்கையில் டாய்லெட்டின் கண்ணாடியில் விழுந்த பிம்பத்தைப் பார்த்து 'பிட்ச் இஸ் க்ரேஸி' என்றான். விளக்கணைத்தவன் படுத்ததும் நித்திரைக்குள் விழுந்தான்.

முன்பொரு இரவில் காலையில் நேரமே எழுவதற்கான அலாரம் செட் செய்து விட்டு தூங்கச் சென்றவன் நாளின் கடைசி மெசேஜாக "Bonne nuit deriba" என்று அனுப்ப, அவள் பதில் அனுப்பி, மேலும் தொடர்ந்து உரையாடல் அங்குத் தொட்டு இங்குத் தொட்டு நிர்மால்ய தரிசனத்தில் முடிந்தது.

"சந்தன், நான் இரவு பன்னிரெண்டு மணிக்கெல்லாம் உன் வீட்டின் முன்னால் வருவேன். ஐல் பி யுவர்ஸ் தென். ஐ ரியலி வாண்டு ஹாவ் குட் டைம் வித் யு." என்று அனுப்பிவிட்டு ஆஃப் லைன் சென்றுவிட்டாள்.

பயலுக்கு தலை கால் புரியவில்லை. மூன் பார் இரவைப் போன்று சொதப்பி விடக் கூடாது. இருபத்து நாலே வயதாகிய அழகுப் பதுமை, நினைக்கும் போதே தன் வயதில் பாதி குறைந்து விட்டது மாதிரியான ஓர் உணர்வு.

"வேண்டாம் ஏதாவது பிரச்சனையில் மாட்டி விடப் போகிறாய்" யாரோ காதிற்குள் கிசு கிசுப்பது போன்றிருந்தது. வெளியில் இருந்து யார் சொல்வது? அது மனதின் உள்ளிருந்து படபடக்கும் இரட்டை நாவில் ஒன்றுடையது.

"சூத்தியா, செலை மாதிரி ஒரு பொண்ணு வர்றேன்னு சொல்லுறா, நீ இவன் பேச்சைக் கேட்டு பயப்படுறியே, நீ எல்லாம் ஆம்பளயா டா? சும்மாக்காச்சும் தொங்கிட்டு இருக்கிறதுக்கு உனக்கெதுக்குடா லல்லி? அறுத்து வீசுறா.. பேஹ்ன் சூத்" என்று ஒரு நாவு கடிந்தது. இந்தக் நாவு யாருடையது அந்த நாவு யாருடையது, ஆராய நேரமில்லை.

திட்டமிடல்களும் கணக்குக் கூட்டல்களும் நொடிப் பொழுதில் நிகழ்ந்தன.

நான்கு பேர் இவ்வீட்டில் இருக்கிறோம். அதில் ஒருவர் வெக்கேஷன் சென்றுவிட்டார். மீதி இருக்கும் இரண்டு பேரில் ஒருவன் பிலிப்பைன் நாட்டைச் சேர்ந்தவன். மற்றொருவன் திருச்சிக்காரன்.

சந்தன் தங்கியிருக்கும் அறையின் அருகாமையில் தான் மாடிப் படி இருக்கிறது. பிலிப்பைனி மேல் மாடியில் வசிக்கிறான். சரியான ராப்பாடி. சூதாட்ட விடுதியே கதி என தூங்காமல் கிடந்து ரத்தக் கொதிப்பு வந்துவிட்டது. இப்போதெல்லாம் சரியான நேரத்தில் தூங்கச் சென்றுவிடுவான். விடிந்தால் தான் வெளியே வருவான்.

எதிர் அறையில் திருச்சிக்காரன் வசிக்கிறான். வேலை விட்டு வந்தால் ஒரு மணி நேரம் போனை நோண்டிய பின்பு தான் குளிமுறை எடுக்கச் செல்வான். பின்னர் உணவு மேசையில் அரை மணிநேரம் பருக்கைகளாக எண்ணி சவைத்துக் கொண்டிருப்பான். முடிவில் ஏதாவது ஒரு தமிழ் படத்தை ஓட விட்டபடியே உறங்கிவிடுவான். உறங்கினால் தனிப் பிணம், காலையில் தான் பார்க்க வேண்டும்.

இவர்களுக்கிடையே விளக்குகளை எல்லாம் அணைத்த பிறகு பொத்தினார் போன்று அறைக்கு அழைத்து வரலாம் தான். ஒருவேளை சிக்கினால் காயடிக்கப் படுவது மட்டுமல்ல, பெரும் அவமானமாகப் போய் விடும். நிதானமாக யோசித்தான்.

சொடுக்குச் சத்தத்துடன் 'ஆ' என்று மீண்டும் உள்ளிலிருந்து குரல். மென்மையான தொனியில் "இரண்டாவது வளைவில் ஹோட்டல் இருக்கிறதே. டீசென்டான ஹோட்டல், ஒரு இரவிற்கு நூற்றி இருபது டாலர்கள் என்று யாரோ கூறினார்களே" என்றது ஒரு நாவு.

"சபாஷ், செக் லிஸ்ட்டில் ஒரு டிக் விழுந்தது," என்றது மற்றொரு நாவு.

முடிவெடுத்த பின், யோசிக்க என்ன இருக்கிறது. செயலுக்கு முழுமையாக தன்னை ஒப்படைக்கத் தயாரானான். வெறும் தோழியாக பழகிக் கொண்டிருந்த காலத்தில் பேச்சு வாக்கில் தெரிபா தன்னைப் பற்றிக் கூறிய சுய விமர்சனத்தை அவள்

குரலிலேயே மீட்டளித்தது ஒரு நாவு *"If I get turn on.. Boyyyy.. I will fuck like a beast"* உடனேயே அவளின் எக்ஸ் அளித்ததாய் கூறிய "யு ஆர் ஆஸம்.. அம் அடிக்டெட் டு யுவர் பாடி" நற்சான்றிதழைப் திரும்பப் படித்துக் காட்டியது மற்றொரு நாவு.

இப்போது அந்த அநாமதேய எக்ஸ் கையில் கிளவ்ஸுடன் பாக்சிங் ரிங்கிற்குள் தனக்கெதிராய் நிற்பதாய் சந்தனுக்குத் தோன்றியது.

தரை விரிப்பில் மல்லாந்து படுத்துக் கொண்டு கால் முட்டிகளை உயர்த்தி பாதங்களை தரையில் அழுத்த ஊன்றிக் கொண்டு மூச்சை உள்ளிழுத்து இடையை மேலுயர்த்தினான். மனதிற்குள் பத்துவரை எண்ணி முடித்ததும் ஆரம்ப நிலைக்கு திரும்பி மீண்டும் உயர்த்தி பத்துமுறை. மூன்று தடவையாக முப்பது முறை இடையை உயர்த்தி இறக்கியிருந்தான்.

அடுத்து இடையை உயர்த்திய நிலையில் முட்டிகளை ஒன்று மாற்றி ஒன்றாகத் தூக்கி அடிவயிற்றை நெருக்குதல். மூன்று தடவையாக பத்துமுறை. மல்லாக்கப் படுத்த நிலையில் இரு முழங்கைகளையும் கால் விரல்களையும் மட்டும் ஊன்றி உடலை உயர்த்தி அறுபது நொடிகளுக்கு கவிழ்ந்து நிற்பது. அதுவும் மூன்று முறை.

இப்படி என்னவெல்லாமோ வித்தை காட்டி முடித்து விட்டு முப்பது நொடிகளில் இருபத்தைந்து தண்டால்கள் என்று தரையை பெயர்த்துக் கொண்டிருந்த போது அறைக் கதவைத் திறக்கும் திருச்சிக்காரனின் நாராசமான பாடல் காதில் கேட்டது.

"சலக்கு சலக்கு சரிக சேல சலக்கு சலக்கு.. ஹே ..சழக்.. சழக்."

காலையில் சந்தனின் சமூகவலைக் கணக்கிற்குள் வரிசைகட்டி நின்ற பாதி வெந்த பெண்டிரின் அதே நடன ரீல்ஸ்களை திருச்சிக்காரனும் பார்த்திருந்தான். அவனுக்குப் பாடக் கிடைத்த ஒரு நேரம்! தண்டால் போட்டுக் கொண்டிருந்தவன் அப்படியே தரையில் சரிந்தான்.

ட்ரிம்மரை எடுத்துக் கொண்டு குளியலறைக்குச் சென்றான். மணக்க மணக்க ஓல்ட் ஸ்பைஸ் பாடி வாஷ் பூசி வெது

வெதுப்பான நீரில் ஒரு குளியல் போட்டுவிட்டு துவைத்து மடித்து வைத்திருந்த துணியை எடுத்துப் போட்டுக் கொண்டவனுக்கு முக்கியமான அவ்விஷயம் நியாபகம் வந்தது. வண்டியை எடுத்துக் கொண்டு அருகிலிருக்கும் சீனாக் காரன் நடத்தும் சைனீ சூப்பர் மார்க்கெட் சென்றான்.

வித விதமாக காண்டம் பாக்கெட்டுகள் அடுக்கி வைக்கப்பட்டிருக்கும் ஷெல்ப்பில் இருந்து ஒரு கருப்பன் டபிள் எக்ஸ்ல் எடுத்துக் கொண்டு நகர, சந்தனுக்கு அநாமதேய எக்ஸ்ஸின் நியாபகம் வந்தது. துப்பாக்கியின் அளவில் என்ன இருக்கிறது, வெடிப்பதில் தானே இருக்கிறது சங்கதி.

பணம் கொடுக்கும் போதுதான் நகம் விரல்களைத் தாண்டி நிற்பது குறித்த போதம் வந்தது. மீதிப் பணத்தில் மூன்று கின்னிஸ் பீரையும் வாங்கிக்கொண்டு கிளம்பினான்.

வந்ததும் பல் துலக்கினான். நகங்களை ஒட்ட வெட்டி ரம்பத்தால் தேய்த்து மழுங்கடித்தான். நூறு விழுக்காடு தயார் என்று உறுதியானதும் தெரிபாவிற்கு அழைத்தான், கிடைக்கவில்லை. “*Waiting BB*” என்று மெசேஜ் தட்டிவிட்டுவிட்டு கின்னிஸை உடைத்து குடிக்கத் தொடங்கினான்.

மணி பதினொன்று முப்பது ஆகியிருந்தது. இன்னும் அரை மணி நேரம் தானே என்றிருந்த காத்திருப்பு இரண்டு மணியை தாண்டிச் சென்றதும் கண்கள் சுழலத் துவங்கின. அவளும் தயாராகி வர வேண்டாமா? கார் கிடைத்திருக்காமல் இருக்கலாம், நண்பர்களை கழற்றிவிட வேண்டியிருந்திருக்கலாம், குழந்தைகளை தூங்க வைத்த பின்னர் தான் வெளியே வருவது அவள் வழக்கம். ஒருவேளை குழந்தைகள் தூங்காமல் முரண்டு பிடித்திருக்கலாம். ‘திங் பாசிட்டிவ் மேன்’ சாத்தியங்களை இரு நாவுகளும் மாறி மாறி அடுக்கிக் கொண்டே போயின. உடல் மெதுவாய் அசதியுற கட்டிலில் சாய்ந்தான். எப்படியானாலும் அவள் வந்ததும் அழைப்பாள் தானே? சிறுது நேரம் ஓய்வெடுக்கலாமென லேசாக கண்ணயர்ந்தது தான் தாமதம், போன் அழைப்பொலி. பதறி எழுந்தான். அது அலார ஒலி.

விடிய விடிய எரிந்த விளக்கை அணைத்துவிட்டு அவசர அவசரமாக காக்காய் குளியல் போட்டுக் கொண்டு வேலைக்கு ஓடினான். கண்களில் புகைச்சல் பகல் முழுவதும் சந்தனைப் படுத்தியெடுத்தது அன்று.

6

No hubo un mensaje ni hubo una nota en la mesa / There was no message nor note on the table
Ese cabrón solo dejó su poloché / That motherfucker just left his polo
Amar a ciegas te quita poder / Loving blindly takes away your power
Pero esta noche nos elevamo' pa'l cielo / But tonight we'll raise each other to heaven

"வேணும்னு செய்யல புட்டா (மகனே). எல்லாம் உன் எதிர்காலத்துக்கு வேண்டியும், நாம எல்லாரும் நல்லா இருக்கணும்னு தாம்பா" தழு தழுத்த குரல் சொல்ல வந்ததை முடிக்கும் முன்னர் "விடுங்க தாதா.. பணம் தான சம்பாதிச்சிக்கலாம். நீங்க அதையும் இதையும் யோசிச்சு மனசப் போட்டு குழப்பிக்கிக்காதிங்க" என்று சொன்னானே தவிர மனதிற்குள் ஆத்திரம் ஆத்திரமாக வந்தது. எதையாவது சொல்லி அவருக்கு உடலுக்கு ஏதும் வந்து தொலைந்துவிட்டால் யார் கிடந்து மாரடிப்பது.

வீடு இருக்கிறது. மகள்களை எல்லாம் நல்ல இடத்தில் திருமணம் செய்து கொடுத்தாகிவிட்டது. கேட்பது தால் பக்வானோ, சாய் பாஜி புலாவோ, தஹி கோக்கியோ, அன்று மம்மா(அம்மா) சமைத்தாக வேண்டும். உடம்பு சரியில்லை என்று வெறும் ரோட்டி வைத்தாலும் கூடவே சப்ஜியுடன், தயிரும், சாலதும் வேண்டும். நாள்காட்டியில் நல்ல நாள் எதுவும் வந்தால் வீட்டைக் கழுவிப் பெருக்கி துடைத்து மம்மாவின் பெண்டு நிமிர்ந்துவிடும்.

ஒரு நாளுக்கு ஒரு கோயில் திங்கள் கிழமை குகநாதீஸ்வரர் கோயில், வெள்ளிக் கிழமை சுசீந்திரம் தாணுமாலயர் கோயில்,

செவ்வாய் பகவதி அம்மன் கோயில் வரிசையில் இப்போது வியாழக் கிழமைகளில் பொத்தையடி சாய்பாபா கோயிலும் சேர்ந்திருக்கிறது. இப்படிப் போய்க்கொண்டிருந்தவர் வாழ்வில் உறவுக்காரரோ நண்பரோ பரிந்துரைத்ததின் பெயரில் சுவாமிநாதபுரத்தில் சோஃபியா என்று எவளோ ஒரு பெண்ணிடம் பத்து லட்சத்தை தொலைத்து விட்டார். அவர் தொலைத்தது மட்டுமில்லாமல் தெரிந்தவர் இருவரை பரிந்துரை செய்ததில் அவர்களின் பணமும் அபேஸாகி விட்டது. இப்போது எல்லா சுமைகளும் சந்தனின் தலை மேல்.

அத்திருட்டுச் சிறுக்கியையும் சும்மா சொல்லக் கூடாது. மிகவும் சாதுர்யமாகவே விளையாடியிருக்கிறாள். மூன்று வருடங்களுக்கு முன்னர் கன்னியாகுமரிக்கு கணவனும் குழந்தையுமாக வந்தவள் அப்பகுதிப் பெண்களுடன் பேசிப் பழகி எளிதாக ஒட்டிக் கொண்டாள். அவள் தங்கியிருந்த வீடும், செலவழிப்பதில் காட்டும் டாம்பீகமும் அப்பகுதிப் பெண்களைக் கவர்ந்து அவர்கள் மூலம் கையில் பணத்தை வைத்துக் கொண்டு என்ன செய்வதென்று அறியாமல் இருந்த பெரியவர்களையும் கவர்ந்திருக்கிறது.

அண்ணன்கள் கோயம்பேடு சந்தையில் வட்டிக்கு விடுகிறார்கள். காலையில் பத்தாயிரம் கொடுத்தால் மாலையிலேயே ஆயிரம் ரூபாய் வட்டி கிடைத்துவிடும். இதெல்லாம் ஏமாற்று வேலை என்று முதலில் மறுத்தவர்கள் அவள் கட்டைப் பையில் பணக்கட்டுகளை சுமந்தலைந்து முதலீடு செய்தவர்களுக்கு வட்டி கொடுப்பதைக் கண்டதும் கையிலிருக்கும் சிறு தொகை போட்டு முயற்சித்திருக்கின்றனர்.

கைமேல் பலன் கண்டதும் முதலீட்டை அதிகமாக்கியிருக்கின்றனர். அதுவரை வாங்கிக் கொண்டிருந்த வட்டியைக் கூட மறு முதலீடு செய்யும் அளவிற்கு அனைவரிடமிருந்தும் நம்பிக்கை பெற்றுவிட்டாள். பிறகென்ன நம்பிப் பணம் போட்டவர்கள் வாயில் எல்லாம் பசை தடவி விட்டு பார்ட்டி எஸ்கேப்.

இழந்ததை மீட்பதில் இருக்கும் ஒரு ஆணின் ஆவேசம் எவ்வாறு இருக்குமென சந்தனுக்கு நன்றாகவேத் தெரியும். அவன் பர் தாதாஜி மகேஷ் சல்வாநி (கொள்ளுத் தாத்தா)

இப்போதைய பாகிஸ்தானின் அமர்கோத் பகுதியில் அந்த காலத்தில் நீதிபதியாக இருந்தவர். இந்து முஸ்லீம் பிரிவினைக் கலவரத்தின் போது தன் சம்பத்துகளை எல்லாம் தான் வாழ்ந்த வீட்டின் நிலவறையில் வைத்துப் பூட்டிவிட்டு சிறுவனாக இருந்த படே தாதாவையும் (தாத்தா), அவரின் இரண்டு சகோதரர்களையும், மூன்று சகோதரிகளையும், மனைவியையும் அழைத்துக் கொண்டு இந்தியாவிற்கு ரயில் ஏறினார்.

மெட்ராஸ் முகாமில் அகதியாக இருந்த குடும்பம். கிடைத்த ரேஷனில் வாழ்க்கை நடத்தினர். பின்னர் ஒரு பசுமாடை வைத்து பால் வியாபாரம் பார்த்து, சிறு பெட்டிக்கடை நடத்தி எப்படியெல்லாமோ ஜீவனம் நடத்தி இந்தியாவிலேயே இறந்துப் போனார் பர் தாதாஜி.

பின்னர் குடும்பம் வளர்ந்து சிதைவுற்று அங்கிங்காக ஓடி கிடைக்கும் இடங்களில் வேர்ப் பிடித்து வாழப் பழகினர். அவ்வாறான கலவரத்தில் ஓடிய ஒரு சிந்தியின் காலடி முப்பதுகளின் இறுதியில் இத்தீவில் விழுந்தது. சல்வாநிக் குடும்பத்தின் கடைசி வாரிசு சந்தன் சல்வாநி இங்கு வந்து நிற்பது கூட அந்தக் காலடித் தடத்தின் மீதுதான்.

அறையில் மீந்திருந்த இரண்டு லார்ஜ் பிளாக் லேபிளை காலி செய்தான். இன்னும் கொஞ்சம் குடித்தால் தேவலாம் என்று தோன்றியது. மணி பதினொன்று ஆகியிருந்தது, அந்நேரம் புஷ் ரோடில் பெட்ரோல் கடை திறந்திருக்கும். சென்று 6-பேக் கின்னிஸ் வாங்கிக் கொண்டான்.

தனித்திருந்து குடிப்பதால் மனம் அச்சம்பவத்தையே சுற்றி வட்டமடித்துக் கொண்டிருந்தது. இருபத்தைந்தாயிரம் டாலர் வேண்டும், கடன் மீட்க. வீட்டிலிருந்து மம்மா அழைத்தாள். நல்ல தலை வலிக்கிறது தூங்கப் போகிறேன். காலையில் பேசுகிறேன் என்றுவிட்டு துண்டித்தான். வார்த்தையை விட்டு விடுவோமோ என்ற பயம். தெரிபாவை அழைத்தான்.

“குழந்தைகளை தூங்க வைக்காமல் வெளியே வர முடியாது. எமில்காவிடம் பார்த்துக் கொள்ளும் படி கூறி விட்டு தான் வரமுடியும். குழந்தைக்கு இருபது டாலர்கள் வைத்து நாற்பது டாலர் நீ கொடுக்கிறாயா?”

“நீ வா பார்த்துக் கொள்ளலாம். எப்போதும் போல இம்முறையும் பிராங்க் செய்து விட மாட்டாயே?”

“கமான் சந்தன். நான் அன்று வண்டி ஓட்ட முடியாத அளவிற்கு குடித்திருந்தேன் என்று எத்தனை முறை சொல்வது”

அறையை அரித்துப் பொறுக்கியதில் ஐம்பது டாலர் தேறியது.

தொடைப் பகுதியில் கிழிசல் கொண்ட முக்கால் அளவை டெனிமும் ஹூடி வகை ஜெர்க்கினும் அணிந்திருந்தாள். உதட்டில் லிப் க்லோஸ் தவிர பெரிதாக மேக்கப் ஒன்றும் முகத்தில் இல்லை. தேவையும் இல்லை.

தெரிபாவிற்கு ஆறு டெஸ்பரடோவும், மார்ல்பரோ சிகரெட்டும் வாங்கிக் கொண்டு டிங்கி டாக் படகு நிறுத்தும் தளத்தில் வந்து அமர்ந்தனர். அந்நேரத்தில் அங்கு யாரும் இல்லை. சுற்றிலும் நல்ல நிலவு வெளிச்சம்.

அமர்ந்த நேரத்தில் இருந்து அவள் கைகளையே பற்றிக் கொண்டிருந்தான். புகைத்தபடியே பேசிக் கொண்டிருந்தனர். “எல்லாம் ஓகேவா?” என்று நிமிடத்திற்கு ஒருமுறை கேட்டுக் கொண்டிருந்தாள் தெரிபா. “எல்லாம் ஓகே தான். ஒரு பிரச்னையும் இல்லை” என்று ஒவ்வொரு முறையும் பதிலளித்தான் சந்தன்.

சட்டென அவள் கழுத்தில் கை வைத்திழுத்து உதட்டில் முத்தமிட்டான். அவள் தலையை விலக்கிச் சிரிக்க அவள் கன்னம் கழுத்து என்று முத்தம் பொழிந்தான். விலக்கித் தள்ளியவள், “உனக்கு என்ன ஆயிற்று சந்தன்” என்றாள்.

“ஐ வாண்ட் செக்ஸ் பேபி. ஐ வாண்ட் டு ஃபக் யு நௌ” உதட்டில் முத்தினான்.

“ஸ்டாப்.. ஸ்டாப்” என்று நிறுத்தினாள்.

“ஆனால் உனக்கு என் மீது காதல் இருப்பதாக தெரியவில்லையே..”

“காதல் இல்லாமலா.. ஐ லஃவ் யு.. ஜி தேய்ம் பேபி”

“இட்ஸ ஸ்ட்ராங் வேர்ட் சந்தன், உன் வார்த்தைகளில் உயிரில்லை”

“இல்லை, உண்மையாகத் தான் சொல்கிறேன்” அவள் மார்பை மேல் அள்ளி முத்தம் கொடுத்தான்.

“ஸ்டாப்.. என்னைத் தூண்டி விடாதே” என்று லேசான மூச்சிரைப்புடன் சொன்னாள். மீண்டும் மீண்டும் முத்தமிட்ட படி அவள் மேலாடைக்குள் கை நுழைக்க, “சரி.. பாதுகாப்பிற்கு எதுவும் வைத்திருக்கிறாயா?” என்றாள்.

“இல்லை. கவலைப்படாதே, வரும் போது உடனே வெளியில் எடுத்து விடுகிறேன்... ப்ளீஸ் பேபி”

“அய்யய்யோ, உன்னுடைய பள்ளிப் பருவ விளையாட்டிற்கெல்லாம் நான் இல்லை” என்றபடி அவயங்கள் குலுங்க சிரித்தாள். கடுப்புடன் ஒரு சிகரெட்டை உருவி பற்ற வைத்து ஆத்திரத்துடன் ஊதித் தள்ளினான் சந்தன்.

இருபத்து நான்கு மணி நேரமும் திறந்திருக்கும் மருந்துக் கடையில் சந்தனுக்கு காண்டமும், சுத்தம் செய்ய பேபி வைப்ஸ்ஸும் வாங்கிக் கொண்டவள், “உனக்கு கொஞ்சம் அதிகமாகிவிட்டதாகத் தெரிகிறது. நான் வண்டி ஓட்டுகிறேன்” என்று சாவியை கையில் வாங்கினாள்.

டாட்ஜ் க்ராண்ட் காரவான் அளவில் பெரிய வண்டி. வாடிக்கையாளர்களோடு வாங்கும் பொருள்களையும் ஏற்றிச் செல்லலாம் என்று பெரிய வகை வண்டியாக வாங்கிக் கொடுத்திருந்தார் முதலாளி. சந்தன் அதீத கவனத்துடன் ஓட்டும் அவ்வண்டியை தெரிபா அனாயாசமாக ஓட்டினாள். மழைத் தூரல் போடத் தொடங்கியது.

“சரி எங்கு செல்லலாம்?”

“எங்கு வேண்டுமானாலும் செல்லலாம். என்னிடம் ஹோட்டலுக்கு கொடுக்கப் பணம் இல்லை”

“வாட்..” என்று வண்டியை நிறுத்தினாள்.

“கடைசியாக என்னிடம் இருந்ததைத் தான் எமில்காவிற்கு கொடுக்க உன்னிடம் தந்தேன்”

“ஆர் யு க்ரேஸி சந்தன்... உனக்கு என்ன தான் பிரச்சனை?”

“ஒன்றும் இல்லை தெரிபா.. என்னுடன் சிறுது நேரம்

இருந்துவிட்டுப் போ. எனக்கு செக்ஸ் கூட வேண்டாம். என்னுடன் சிறிது நேரம் நேரம் செலவிட்டுச் செல். ப்ளீஸ்" அவள் அவனையே சில கணங்களுக்கு உற்று நோக்கினாள். அடம் பிடித்து முகத்தைத் தூக்கி வைத்திருக்கும் சிறுவனைப் போன்ற அவன் இருப்பைப் பார்த்து உதட்டிற்குள் சிரித்தாள்.

மாரிகோட் நோக்கிச் செல்லும் சாலையின் இடையே காட்டுப் பகுதிக்குள் மண் பாதை ஒன்று திரும்புகிறது. வண்டிகள் தொடர்ந்து சென்றதால் உருவான பாதையது. ஐந்து நிமிடங்களுக்குப் பிறகு நிமிடம் கழித்து பராமரிப்பற்ற ஒரு பழைய ரக்பி மைதானத்தின் முன்னே வண்டியை நிறுத்தினாள். மைதானம் என்றால் ஒரு அடி உயர புற்கள் மட்டும் நிறைந்திருக்கும் வெட்ட வெளி. அங்கிங்காக ஒன்றிரெண்டு பனை வடலிகள் வளர்ந்திருந்தன. மழைச்சாரலில் கொவுந்திருந்த மணல் பரப்பில் இருவரும் இறங்கி பியர் குடிக்கத் தொடங்கினர்.

அவர்கள் நின்று கொண்டிருக்கும் போதே அவர்கள் நின்ற பகுதிக்கு சற்று முன்னால் ஒரு ஹூய்ண்டாய் எலக்ட்ரா வந்து நிற்க சந்தனுக்கு லேசாக உதறல் எடுத்தது. ஒரு பெண்ணுடன் அர்த்த ராத்திரியில் தெரியாத காட்டுப் பகுதிக்குள் நிற்பது வாழ்க்கையில் அன்று தான்.

ஊரில் சில வனப்பான பகுதிகளில் தனியே ஒதுங்கும் காதலர்களை குறிவைத்து சுற்றும் ஆண்கள் பட்டாளம் உண்டு. காதலனை அடித்துப் போட்டுவிட்டு பெண்ணை கூட்டு வன்கலவி செய்துவிடுவர். பட்டாளத்தில் ஆண்கள் மாறுவார்களே தவிர வன்கலவி இன்னும் நிகழ்ந்து கொண்டுதான் இருக்கிறது.

"யார் அவர்கள்.. இப்போது எதற்கு இங்கே வந்திருக்கிறார்கள்?" என்றான் சிறு பதற்றத்துடன்.

"நாம் எதற்காக வந்திருக்கிறோமோ அதற்காகத் தான் இருக்கும்.." என்றபடி ஒரு மிடர் பீரை வாயில் கவிழ்த்துக் கொண்டாள். அந்த வண்டி வந்த வழியே திரும்பிச் சென்றது. ஏதோ காதல் ஜோடி போலும்.

அளவான சதைப் பற்றுடன் வடிவமான உதடுகள் தெரிபாவிற்கு. பீரில் நனைந்து குளிர்ந்திருந்த அதரங்களைப் பற்றி இழுத்தவனிடம் இருந்து முகத்தை விடுவித்தவள்.

“பொறு.. பற்களைக் கொண்டு இடிக்காதே” ஆசிரியத் தொனியில் அதட்டினாள். உதடுகளையும் நாவையும் மட்டும் கொண்டு அக்கலையை நிகழ்த்திக் காட்டினாள். அதிலேயே கரைந்து லயித்துப் போனவனை அடுத்தடுத்த கட்டங்களுக்குத் தாவச் செய்யத் துடித்துக் கொண்டிருந்தது உடல்.

“ஸ்டாப்.. நான் கேட்பதற்கு முதலில் பதில் சொல்” என்று பிடித்து விலக்கினாள்.

‘தண்ணீர் அரை லல்லியில் ஏறி நிற்கும் போதுதான் அவளின் கேள்வி பதில் விளையாட்டு’. மனதிற்குள் கடிந்து கொண்டு “என்ன கேள்” என்றான்.

சந்தனின் இடது கை மோதிர விரலில் கிடந்த யானை மயிர் சுற்றிய தங்க மோதிரத்தைப் பற்றியவள், “இதற்கு முன்பு நீ அணிந்திருந்து நான் பார்த்ததில்லையே. உனக்கு ஏற்கனவே திருமணம் ஆகிவிட்டதை மறைத்து என்னுடன் பழகுகிறாயா? *Are you my forbidden fruit?* முதலில் எனக்கு அது தெரிந்தாக வேண்டும்”

“கடவுள் சத்தியமாக இல்லை.. இல்லவே இல்லை”. அவள் ஆணுறையைப் பிரித்து கையில் கொடுத்தாள்.

முன் சீட்டில் கைகளை ஊன்றி உடல் வளைத்து நின்றவள். அழுத்தமான குரலில்

“ஸ்டாப்... ஸ்டாப்” என்றாள்

“ஓ.. இப்போது என்ன?” மூச்சிரைக்கக் கேட்டான்.

“இது வேலைக்காகாது. காரின் பின்புறத்திற்கு நகர்வோம்” என்று கீழாடையை மேலிழுத்துப் போட்டுக் கொண்டாள்.

தெரிபா சந்தனை விட சற்று உயரம். திருமணத்தில் யோனிப் பொருத்தம் வேண்டும் என்று அக்கால முனிவர்கள் சொன்னது சும்மாவா என்ன. முன்னோர்கள் ஒன்றும் முட்டாள்கள் இல்லையே.

ஜாதகத்தை வைத்தே ஒரு ஆண் அளவில் முயலா, எருதா, குதிரையா என்றும் பெண் ஆழத்தில் மானா, குதிரையா, யானையா என்று கணித்து விடுவார்களே.

முயலும் மானும், எருதும் குதிரையும், குதிரையும் மானும், குதிரையும் யானையும், குதிரையும் குதிரையும் சிறந்த

சுணங்கறைக்கான கூட்டாம். சில ஆயிரம் வருடங்களுக்கு முன்னரே ஆய்வறிக்கையை சமர்ப்பித்து விட்டார் வாத்சாயனார். எத்தனை மாதிரிகளை ஆய்வுக்கு எடுத்துக் கொண்டாரோ தெரியவில்லை. அதற்காக கலவி கொள்வதற்கெல்லாம் ஜாதகமா வாங்கிப் பார்க்க முடியும்.

முட்டிவரை இறங்கிய கால்சராயைப் பற்றிக் கொண்டு பொலிகாளையைப் போன்று தத்தித் தத்தி அவள் பின்னே சென்றவன் வண்டியின் பின் கதவைத் திறந்து அணிந்திருந்த ஷூவிலிருந்து போட்டிருந்த அனைத்தையும் கழற்றி உள்ளே எறிந்தான்.

பின் இருக்கை சாய்வில் கால்களைத் தூக்கி வைத்துக் கொண்டாள் தெரிபா. நல்ல நீளமான கால்கள் அவளுக்கு. உதட்டில் புன்னகை சொரிந்த படி சந்தனின் முகத்தையே பார்த்துக் கொண்டிருந்தவள் தன் சொத சொதப்பான ஈரத் தகிப்பிற்குள் புதையுறும் மும்முரத்தில் இயங்கிக் கொண்டிருந்த சந்தனை இறுகப் பற்றி உள்ளிழுத்துக் கொண்டிருக்க, நிலவு வெண் சாம்பல் வெளிச்சமாக அவர்கள் இருவரின் மீதும் பிரகாசித்துக் கொண்டிருந்தது.

ஒன்று

.

.

.

இரண்டு

.

.

.

மூன்று

.

.

.

நான்கு

.

.

.

ஐந்து
.
.
.
ஆறு
.
.
.
ஏழு
.
.
.
எட்டு
.
.

ஒன்பதுபத்துபதினொன்னுபனிரெண்டுபதிமூணு.... 'ஓ காட், ஃபேட்டி.. ஜூஸி புஸி' செயலிலோ உடலிலோ கவனம் செலுத்தாதே, வேறெதையாவது யோசி கூடவே இயங்கிக் கொண்டிருந்த சந்தனின் மன நாவுகளில் ஒன்று தீவிரப் படுத்தியது.

"சலக்கு..சலக்கு.. சரிக சேல சலக்கு சலக்கு.. ஹே.. சழக்.. சழக்.."

ப்ளடி ஹெல்.. பாடிய நாவைச் சபித்தது மற்றொரு நாவு.

"ஓ... ஷி....ட்.. Holy Fuck"

"நோ...ந்நோ..நோ.. டோன்ட் ஸ்டாப்.. டோன்ட் ஸ்டாப்" என்ற தெரிபாவின் கழுத்தில் முகம் புதைத்து விழுந்தான் சந்தன்.

"உனக்கு வந்தால் ஆயிற்றா எனக்கு வரவேண்டாமா?" என்றாள் நீர் கோர்த்த கண்களுடன்.

"ஸாரி தெரிபா.. ஆறு வருடங்கள் ஆயிற்று ஒரு பெண்ணை ஸ்பரிசித்து. என்னால் பிடித்து நிறுத்த முடியவில்லை. ரியலி ஸாரி"

"ஷ்..ஷ்.." பெருமூச்சு விட்டபடி எச்சில் விழுங்கினாள்."

"நீ மகிழ்வுற்றாய் தானே?"

சந்தன் அமைதியாக பதிலின்றி அருகில் அமர்ந்திருந்தான்.

தன்மீது அவனை பிடித்திழுத்துப் போட்டவள், "இட்ஸ் ஓகே. ஐ அண்டர்ஸ்டாண்ட்" என்றபடி முன் நெற்றியில் பேரன்புடன் முத்தம் கொடுத்தாள்.

ஒரு சிறுமியின் முகத்தைப் போன்று நிஷ்கலங்கமில்லாத முகம். இமை கொட்டாமல் அவள் முகத்தையே பார்த்துக் கொண்டிருந்தவனிடம் என்ன என்று கேட்கும் பாவனையில் புருவத்தை உயர்த்திச் சிரித்தாள்.

"தேங்ஸ்" என்றான்.

எழுந்தமர்ந்து சிகரெட் பற்ற வைத்துக் கொண்டனர். "நான் ஸ்பரிசித்த இரண்டாவது இந்தியன் நீ"

"ஆஹாங்.. அவன் இன்னும் இங்கு தான் வசிக்குறானா?"

"இல்லை அவன் இந்தியாவுக்கு திரும்பிப் போய்விட்டான்". சந்தனின் மார்புக் காம்புகளை வருடியபடி தொடர்ந்தாள்.

"சந்தன்.. உன்னிடம் எனக்கிருந்த ஆண் நண்பர்களைப் பற்றி எத்தனையோ முறை கூறியிருக்கிறேன். உன் முகத்தில் பொறாமை உணர்வையோ முகச் சுளிப்பையோ பார்த்ததில்லை"

"பிறகு என்ன செய்ய வேண்டும் என்று சொல்கிறாய். இங்குள்ள சில பைத்தியக் கார ஆண்களைப் போன்று வன்முறையில் இறங்கி கொல்லச் சொல்கிறாயா?"

"விநோதமானவன் நீ"

"நான் உன்னை ஒன்று கேட்கலாமா?"

"நீ உன்னை மோசமான பெண்ணாக வேண்டுமென்றே தானே வெளிக் காட்டிக் கொள்கிறாய்?"

அவன் தோளில் சாய்ந்திருந்தவள் தலை உயர்த்தி அவன் கன்னத்தில் முத்தினாள். சந்தன் திருப்பிக் கொடுத்தான்.

"யாரிடமும் உணர்வுப் பூர்வமாய் அணுக பயம் எனக்கு சந்தன். ஆனால் ஒன்று, உன்னிடம் பேசத் தொடங்கிய நாளில்

இருந்து ஐ அம் கெட்டிங் வெரி ஸ்ட்ராங் பீலிங் ஆன் யூ சந்தன். வெறும் ஃபன்னுக்காக சில ஆண்களுடன் நேரம் செலவிட்டுள்ளேன். அதில் ஒன்றிரெண்டு பேருடன் என் தேவை கருதி உடலையும் பகிர்ந்துள்ளேன். ஆனால் முத்தமிட்டதில்லை. முத்தமிட அனுமதித்ததும் இல்லை. முத்தம் உணர்வு சம்பந்தப்பட்டது. என் இதயத்திற்கு நெருக்கமானவர்களுக்கு வழங்க நான் பத்திரப்படுத்தி வைத்திருப்பது"

அவளின் தீவிரமான பதிலில் இருந்த உண்மை அவனை உறுத்தியது.

"எனக்குத் தெரியும் தெரிபா. ஆனால்..."

"நீ எதுவும் சொல்ல வேண்டாம் சந்தன். நான் உன்னை கட்டாயப்படுத்த மாட்டேன். நீ என்னை திருமணம் செய்து கொள்ள வேண்டாம். இங்கு வசிக்கும் வரை என்னுடன் வாழலாம் இல்லையா?"

சற்று திணறி, "சரி" என்றான். இல்லை என்று சொல்ல மனம் வரவில்லை. அவள் அருகாமை அவனுக்குப் பிடித்திருந்தது. அதை சட்டென முடித்துக் கொள்ள விரும்பவில்லை.

"உன் பதில் மனதில் இருந்து வரவில்லை. யோசித்து யோசித்துப் பேசுகிறாய். பரவாயில்லை விடு"

"நீ என் அருகில் இருக்கும் இக்கணம் எனக்கு சொர்க்கமாகத் தான் இருக்கிறது. இதுவே நரகமாக மாறி உன்னை வெறுக்க வேண்டி வருமோ என்று கூடவே பயமாகவும் இருக்கிறது. நான் நினைப்பதெல்லாம் உன்னை வெறுக்கும் படி ஒரு காலமும் ஆகிவிடக் கூடாது. ஒருவேளை இவ்வுறவு பிரியும் படி நிகழ்ந்தால் கூட எத்தனை காலம் கழித்து உன்னைப் பார்த்தாலும் ஒருவருக்கொருவர் சந்தோஷமான கணங்களை ஞாபகம் கொள்ளும்படியாகத் தான் இருக்க வேண்டுமென்று விரும்புகிறேன்"

தெரிபா அமைதியானாள். மழை சிறு சாரலாக பொசுங்கத் தொடங்கியது.

"லவ் இஸ்ஸ ஸ்ட்ராங் வேர்ட் என்று நீ கூறியதன் அர்த்தத்தை

இப்போது என்னால் உணர முடிகிறது தெரிபா. எனக்கு அனைத்தின் மீதும் நம்பிக்கையிழந்து வருகிறது. எதிர்காலத்தின் மீது, இதுநாள் வரை எனக்கிருந்த நம்பிக்கைகளின் மீது, தெய்வத்தின் மீது சாத்தானின் மீது மனிதர்களின் மீது எதிலும் ஒரு பிடிப்பில்லை"

"உனக்கு தெய்வ நம்பிக்கை இல்லையா?" சூழ்நிலைக்கு சம்பந்தமே இல்லாத தீவிரத்துடன் கேட்டாள்.

"அதான் சொல்கிறேனே, இப்போது இல்லை.. நாளை மீண்டும் வரலாம், வராமல் போகலாம், சூழ்நிலைதானே மனிதனை தனக்கு உவப்பான நம்பிக்கையை தேர்ந்தெடுத்து வாழ்வில் முன் நகர வைக்கிறது அல்லது தப்பிக்கச் செய்கிறது"

"எனக்குப் புரியவில்லை"

"அதைப் பிறகு சொல்கிறேன். இப்போது எதற்கு இதெல்லாம்?"

"தெய்வ நம்பிக்கை இல்லாதவன் எனில் நான் பழகியிருக்கவே மாட்டேன்"

இவ்வளவு நேரம் நன்றாகத் தானே இருந்தாள். இப்போது என்னவாயிற்று இவளுக்கு? திடீரென பைத்தியம் கண்டது போல பேசுகிறாள்.. ஒரு கிறுக்கியிடம் மாட்டிக் கொண்டேனா? கடவுளே இன்று வேறு முழு பௌர்ணமியாக இருக்கிறது. இப்போதைக்கு அவளிடம் எதுவும் குறுக்கிட வேண்டாம். அவளை பேச அனுமதிப்போம் என்று நினைத்தபடி,

"ஸாரி.. உன்னைக் காயப்படுத்த நான் அவ்வாறு கூறவில்லை.. வாழ்வில் சில அனுபவங்கள் என்னை அவ்வாறு சிந்திக்கச் செய்துவிட்டன. அதைப் பற்றி பின்னர் சொல்கிறேன். சரி நீ சொல். எப்படி இவ்வளவு உறுதியுடன் இருக்கிறாய்?" என்று கேட்டான்.

"நீ யோசித்துப் பார்த்தாயா, பல்லாயிரம் மைல் தொலைவில் இருந்து வந்த உன்னை எங்கிருந்தோ வந்த நான் இங்கு சந்தித்தது தெய்வ சங்கல்பம் தானே?"

"இப்போது நடந்த செக்ஸ் வரை தெய்வ சங்கல்பம் என்கிறாயா?"

“தெய்வ விஷயத்தில் விளையாடாதே” எனக்குப் பிடிக்காது.

“ஸாரி, ஸாரி, மேற்கொண்டு எதுவும் பேச மாட்டேன்”. அவள் கடந்த கால கதையைச் சொன்னாள்.

அவளை இரண்டாவதாக திருமணம் செய்து கொண்டவன் எல்லா ஆண்களையும் போல ஆரம்பத்தில் மிகவும் அன்பாக இருந்திருக்கிறான். பார்ப்பதற்கு கால்பந்தாட்ட வீரன் கிறிஸ்டியானோ ரொனோல்டா சாயலில் இருப்பானாம். டொமினிக்காணா நாட்டை சேர்ந்தவனான அவன் க்வாடலூப்பில் விசா எதுவும் இல்லாமல் வேலை பார்த்து வந்திருக்கிறான். இவளை திருமணம் செய்து கொண்டு பிரஞ்சு பிரஜையானான்.

“அவனை ஒரு ராஜாவைப் போல பார்த்துக் கொண்டேன். அவனுக்கு நேரத்திற்கு உணவு, சுத்தமான வீடு, அவன் தேவைகளை எல்லாம் பார்த்துக் கொண்டேன். அவனுக்கு வேலைக்குச் சென்று நாலு காசு சம்பாதித்து வர சோம்பல். சரி போகட்டும் என்று நான் வேலைக்குச் செல்லத் தொடங்கினேன். எனக்கு இரண்டாவது குழந்தை உண்டானதும் என்னிடம் மூர்க்கமாக நடந்து கொள்ளத் தொடங்கினான் அவன்.

என் இரண்டாவது பிரசவம் ஸி செக்சன். மருத்துவர் அவனிடம் திரும்பத் திரும்பக் கூறினார். அவளை குழந்தையுடன் தனியே விட்டுவிடாதே. எப்போது வேண்டுமானாலும் பிளட் பிரஷர் அதிகமாகலாம். அவள் குழந்தையை கையில் வைத்திருக்கும் போது அவ்வாறு நிகழ்ந்தால் குழந்தைக்கு பேராபத்தாகப் போய் முடியக் கூட வாய்ப்பிருக்கிறது என்று. இத்தனைக்கும் என் முதல் குழந்தையை என் அம்மா தன் வீட்டில் வைத்துக் கொண்டாள்.

ஒரு நாள் எனக்கு தலையைக் கறக்கித் தள்ளிக் கொண்டிருந்தது. உடனே மருத்துவமனைக்குச் சென்றாக வேண்டும். அவனை அழையோ அழை என்று போனில் முயற்சித்தும் எடுக்கவில்லை. அவன் ஒரு ஸ்பானிஷ் வேசியுடன் அவள் வீட்டில் வைத்து சல்லாபித்துக் கொண்டிருந்தான். அவ்வீட்டின் முன் சென்று என்னை மருத்துவமனைக்கு அழைத்துச் செல்லும் படி கதறினேன்.

வந்தவன் என் வயிற்றில் எட்டி ஒரு உதைவிட்டான். என்

தையல் கிழிந்து ஒரு குட்டி ஃபுட் பால் வடிவில் ரத்தம் கட்டியாக என் பாதங்களின் மீது விழுந்து சிதறியது. நான் அந்த இடத்திலேயே மயக்கமடித்து விழுந்துவிட்டேன். இன்னும் கொஞ்சம் கீழே அடி விழுந்திருந்தால் நான் இறந்திருப்பேன் என்று மருத்துவர்கள் கூறினர்."

சிகரட்டின் முனையில் இருந்த சாம்பலை வெளியில் எட்டி உதறியவள் தொடர்ந்தாள், "என் குழந்தைகளுக்காக வேண்டியாவது நான் பிழைத்து விட வேண்டும் என்று பிரார்த்தித்துக் கிடந்தேன். கடவுளின் மீதிருந்த நம்பிக்கை.. என்னை மீட்டெடுத்தது."

"அப்படியாகில் அந்தப் பிரச்சினைக்குள் உன்னைத் தள்ளிவிட்டதும் அதே கடவுள் தானே?" சந்தன் நினைத்தான், கேட்கவில்லை. அவள் விரல்களை கோர்த்துப் பிடித்து தன் நெஞ்சோடு அணைத்தபடி அவ்விரல்களின் மீது முத்தினான்.

திடீரென பத்துப் பதினைந்து பெரிய பெரிய பூரான்கள் அவர்களின் வாகனத்தின் அடியில் வாலைத் தூக்கியபடி வேகமாக ஊர்ந்து செல்வதைக் கண்டனர். "காட்.. இவ்வளவு பெரிய சைசில் நான் பார்த்தது இல்லை என்றான். எல்லாம் ஒரு பெருவிரல் தடிமனில் ஒரு ஜாண் அளவு நீளத்தில் இருந்தன. சந்தன் வேக வேகமாக வண்டிக்குள் கழற்றிப் போட்ட பேண்டை வெளியே உதறினான். தெரிபா சத்தமாகச் சிரித்தாள்.

தூரத்தில் பனை வடலிகளுக்குப் பின்னே எதுவோ பெரியதாக அசைவதை தெரிபா காண்பித்துக் கொடுத்தாள்.

"யாராவது மறைந்திருக்கிறார்களோ இருக்குமோ?" என்றான் சிறு பதற்றத்துடன். கையில் துப்பாக்கி வைத்திருந்தால் என்ன செய்வது.

"யாராக இருந்தாலும் உன்மேல் கைவைக்க விடமாட்டேன் பயப்படாதே" என்றவள் "இல்லை, இது வேறு, பார்க்க மாடு போல இருக்கிறது.. கயிற்றை அற்றுவிட்டு வந்து குத்திவிட்டால் என்ன செய்வது" என்று மிரண்டாள்.

"பயப்படாதே மாடெனில் நான் பார்த்துக் கொள்கிறேன்".

"சரி, உனக்கு தெய்வ நம்பிக்கை ஏன் இல்லை?"

"வாழ்க்கையில் யாரோ வகுத்த திட்டத்தின் படிதான் எல்லாம் நடக்கிறது என்று எண்ணுவதில் எவ்வளவு சுகம். தற்செயலெனக் கொள்வதைக் காட்டிலும் அற்புதங்கள் என்று நம்பும் போது வாழ்க்கை எவ்வளவு உன்னதமாகத் தெரிகிறது இல்லையா?

நான் உன்னை சந்தித்தது இந்த ராத்திரியில் பூரான்களையும் பசுவையும் கண்டதைப் போன்ற தற்செயலாகத் தான் எனக்குப்படுகிறது. ஒருவேளை நாம் இங்கு வராமல் இருந்தாலும் அவைகள் இவ்விடத்தில் இருந்திருக்கும். ஒருவேளை அவைகள் இங்கு வராமல் இருந்திருந்தாலும் நாம் இவ்விடத்தில் இருந்திருப்போம் தானே?

வாழ்க்கையில் விரும்பியதெல்லாம் கிடைத்துக் கொண்டிருந்த போது நான் வணங்கும் கடவுளின் வரத்தினால் தான் என்று எண்ணிக் கொண்டிருந்தேன். ஒரு கட்டத்தில் விரும்பத் தகாதவைகள் மட்டுமே என்னை சூழ்ந்து கொண்ட போது சாபத்தினாலோ என்று பயந்து கொண்டிருந்தேன்.

பிறகு வாழ்வில் கணந்தோறும் நிகழ்பவற்றில் எல்லாம் வரமும் சாபமும் கலந்தே இருக்கிறதென்றும், என் தேர்ந்தெடுப்புகளுக்கும் அதன் விளைவாய் கிடைக்கும் அனுகூலத்திருக்கும் ஏற்றாற்போல் மனம் வரம் என்றும் சாபம் என்று கற்பிதம் செய்து கொள்கிறது என்றும் தோன்றத் துவங்கிற்று.

ஆனால் நீ சொல்வதும் சரிதான். இப்புவியில் வாழும் வரை நமக்கு அவ்வப்போது கடவுள்களும் தேவைதான். காண்டம் பாக்கெட்டுகளைப் போல"

அவள் அவன் கூறிய எதையும் கவனித்த மாதிரியே தெரியவில்லை. அவன் தலையில் கலைந்து கிடக்கும் முடிச் சுருளிற்குள் கைவிட்டு அளைந்து கொண்டிருந்தாள்.

"அழகான தலை முடி உனக்கு" என்றவள் அவன் தலையைத் தடவி தன் அடிவயிற்றில் ஒற்றிக் கொண்டு, "எனக்கு அடுத்துப் பிறக்கும் குழந்தைக்கு இதுபோன்ற அழகான தலைமுடி அமையட்டும்" என்றாள். அவளை அணைத்து முத்தமிட்டான்.

நகக் கீறல் கொண்டு பஞ்சர் ஆகாதபடிக்கு மிகுந்த சிரத்தையோடு அடுத்த காண்டம் பாக்கெட்டைப் பிரித்து

அணிந்தான். அவர்கள் புணர்வதை இறந்து இரண்டாயிரம் ஆண்டுகளாகிய நட்சத்திரமொன்று மேகக் கூட்டத்திற்கு இடையினூடாக பார்த்துக் கொண்டிருந்தது.

அதிகாலை நான்கரை மணிக்கு தெரிபாவிடம் இருந்து விடை பெற்றான். கோடைகாலமாகையால் சீக்கிரமாகவே வெளுக்கத் தொடங்கிற்று. வானொலியை இயக்கினான். ரோமியோ ஸாண்டோஸ் ரொஸலீயாவுடன் இணைந்து பாடிய *El Pañuelo* புதிய ஆல்பம். பாடல் அவனுக்குப் பிடித்திருந்தது. ஒலியின் அளவையைத் திருகிக் கூட்டிக் கொண்டான்.

இடது கீழ் கழுத்தில் அணிந்திருந்த டி ஷர்ட்டின் காலர் உரசும் போது லேசாக எரிச்சல் எடுப்பது போன்று தோன்றவே, ரீர் வியூ மிரரில் எட்டி கழுத்தைத் திருப்பிப் பார்த்தான். ஆஸ்திரேலிய கண்ட வரைபட வடிவில் சிவந்திருந்த சதையின் மீது தோல் நீலம் பாரித்துக் கொப்பளித்திருந்தது. *A big hickey.*

அதன் மீது மெதுவாய் வருடியபடி உதட்டிற்குள் புன்னகைத்தான். ஷிட், இது மாயும் வரையில் கழுத்தில் எதையாவது ஒட்டி மறைத்துக் கொண்டு சுற்ற வேண்டுமே என்று நினைத்ததும் சிரித்துக் கொண்டான். கடல் கவுச்சி வீசும் தன் மீசை மயிர்களை திருகிப் பிரித்தபடி பாடலின் இசையை ரசிக்கலானான். அவ்வளவு மன நிறைவுடன் ஒரு காலையை அவன் இதற்கு முன்பாக எதிர் கொண்டதில்லை.

7

Hi...
Good Morning..
Hope you had wonderful sleep
I really enjoyed our love making and the convo..

என்று எழுதி கண்களைப் பொத்திக் கொண்டு வெட்கப்படும் குரங்குத் தலைகளை சேர்த்து அனுப்பிய தெரிபாவின் குறுஞ்செய்திக்கு.. *"Yes..me too"* என்று எழுதி ஒரு சிவப்பு இதயத்தைச் சேர்த்து அனுப்பினான்.

பிறகு சில மாதங்கள் அவளை உணவு விடுதிக்கு அழைத்துச் செல்வது, கேட்பதையும் கேட்காததையும் வாங்கிக் கொடுத்து அசத்துவது என்று நாட்கள் நகர்ந்து கொண்டிருக்க, பழைய

முதலாளியான சந்தனின் உறவுக்காரர் ஒரு நாள் தனியே அழைத்துப் பேசினார்.

"உன்னிடம் இதைப் பற்றி பேச விருப்பமில்லைதான். இருந்தாலும் உனக்குத் தெரியாதது இல்லை. உன் பெயர் மோசமாக நம் சமூகத்தினர் மத்தியில் அடிபடத் தொடங்கியிருக்கிறது. நற்பெயரை உருவாக்குவது கடினம், கெடுத்துக் கொள்வது எளிது. வயதான காலத்தில் உன் பெற்றோர்களை நோகடிக்க வேண்டுமா என்று யோசித்துக் கொள்" என்று நகர்ந்தார்.

"வருடக்கணக்காக கையடித்து அலைந்து கொண்டிருந்த போது என் சமூகம் எங்கேப் போயிற்று?" வாய்க்குள் திரண்ட வார்த்தைகளை விழுங்கி அடக்கிக் கொண்டு அமைதியாக இருந்தான்.

ஒரு வெள்ளிக்கிழமை கிறிஸ்மஸ் ஹாலிடேய்ஸின் சிறப்பு ப்ரோமோஷன்கள் என்னென்ன போடலாம், அதற்கு எங்கிருந்து கொள்முதல் செய்யலாம் என்று திட்டங்கள் போட்டுக்கொண்டிருந்தான் சந்தன். தலை போகும் அவசரத்தில் தான் இருப்பதாகவும் உடனே வீட்டிற்கு வரும்படியும் அழைத்தாள் தெரிபா.

இவனும் அடித்துப் பிடித்து அங்கு சென்று பார்த்தால், இவளும் வேறொரு பெண்ணும் முற்றத்தில் செயர் போட்டமர்ந்து கையிலிருக்கும் ஸிப்பர் பிளாஸ்க்கிற்குள் இருந்த டிரிங்கை உறிந்து கொண்டிருக்க, அவர்களின் குழந்தைகள் அருகே ஓடிப் பிடித்து விளையாடிக் கொண்டிருந்தனர்.

ஊரில் இருந்து வந்திருக்கும் தெரிபாவின் சகோதரி அவள். 'அவன் இந்தியன், நேரப் போக்கிற்கு உன்னுடன் பழகிக் கொண்டிருப்பான், வீணாக மீண்டும் குழியில் போய் சாடாதே' என்றிருக்கிறாள்.

'இல்லை, அவனுக்கு நான் என்றால் கொள்ளைப் பிரியம். எனக்கொரு தேவையெனில் ஓடி வந்துவிடுவான்' என்று தான் சொல்லியதை நிரூபிக்க கிடைத்த அவசரமாகக் கருதி சந்தனை அழைத்திருந்தாள். வேலைகளைப் போட்டுவிட்டு ஓடி வந்தவன் அவள் கூறிய சப்பைக்கட்டைக் கேட்டு முகம் இறுக,

வாகனத்திற்குள் ஏறி அமர்ந்து கொண்டு அவன் உதட்டில் திரும்பத் திரும்ப முத்தம் கொடுத்தாள். மூச்சில் விஸ்கியின் மணம்.

டில்ட் ஒட்டிய கருப்பு நிறக் கண்ணாடியின் பின்புறமே என்றாலும் தன் குழந்தைகள் விளையாடிக் கொண்டிருக்கிறார்கள் என்கிற சங்கோஜமே இல்லாமல் அவளின் இந்நடத்தை அவனுக்குப் பிடிக்கவில்லை.

"சந்தன், நீ எனக்கு உயிர் என்றுனக்குத் தெரியும் தானே.. அடுத்த வெள்ளி ஒரு பீச் பார்ட்டி வைத்திருக்கிறோம். நீ வர வேண்டும். கொஞ்சம் அதிகமாகவே கையில் பணம் வைத்துக் கொள். என் தோழிகள் நிறைய பேர் வருவார்கள். பிகினி உடையணிந்த இளம் பெண்களின் மத்தியில் ஒரு இந்தியன் அமர்ந்திருப்பதைக் காணும் கண்களுக்கு எவ்வளவு பொறாமையாக இருக்குமென்பதை நினைத்துப் பார்" என்று அவள் சிரித்தபடிக் கேட்க சந்தன் வெளிறிய முகத்துடன் அவளையே உற்றுப் பார்த்துக் கொண்டிருந்தான்.

"கோபமா"

"ஒன்றுமில்லை.. எனக்கு அவசர வேலையிருக்கிறது. உடனே சென்றாக வேண்டும்"

அவள் முகம் மாறியது. இறங்கிக் கொண்டாள். வாசலில் நின்ற சகோதரியைப் பார்த்து சிரித்தவள், முன் அழைத்து அறிமுகப்படுத்தினாள். சந்தன் புன்னகைத்தான்.

"ஸோ, உங்களுக்குள் என்ன?" குறும்புச் சிரிப்புடன் கேட்டாள் அவள் சகோதரி.

"ஒன்றுமில்லை.. வெறும் நண்பர்கள்"

திரும்புகையில் பெரிய விவாதக் கச்சேரியே அவனுள் நிகழ்ந்து கொண்டிருந்தது.

"நான் ஒவ்வொரு முறையும் அறிவுறுத்தினேன். இதெல்லாம் நமக்கு ஒத்து வராது என்று. இப்போது எப்படி இருக்கிறது. கண்ணுக்குத் தெரியாத சங்கிலியொன்றை உன் கணுக்காலில் சுற்றி விட்டு விட்டாள். இப்போது அவள் தாளத்திற்கு, தன் மதிப்பறியாமல் குரங்கைப் போல துள்ள வைக்கிறாள். ஊரிலும்

பணியிடத்திலும் உறவினர்கள் மத்தியிலும் உனக்கிருக்கும் பெயரைக் கெடுத்துக் கொள்ள வேண்டுமா? நீ என்ன அவளைப் போன்றா? எப்பேர் பட்ட குடும்பப் பாரம்பரியத்தின் தொடர்ச்சி என்பதை யோசி?" துடித்து அடங்கியது நாவுகளில் ஒன்று.

"சரி தான். காலில் சங்கிலி தான் கிடக்கிறது. அதன் மறுமுனை தெரிபாவின் கையில் இல்லை, இந்தியாவில் கன்னியாகுமரி பாறைகள் ஒன்றில் கட்டுண்டுக் கிடக்கிறது, நாற்பதைத் தாண்டிய அரைக் கிழடு இவன். இன்னும் ஒரு முப்பது வருடம் இருப்பானா? அதன் பின் இவனையும் இவன் மதிப்பையும் யார் தூக்கிச் சுமக்கப் போகிறார்கள். கால ஓட்டத்தில் மறையவிருக்கும் வெறும் தூசு. மனதில் பெரிய தனித்துவ மயிறான் என்ற நினைப்பு. ஒன்று சொல்கிறேன் கேள், பெயர் மதிப்பு கலாச்சாரம் பாரம்பரியம் என்று எதையெதையோ அவன் பேச்சைக் கேட்டு தலைக்குள் ஏற்றிக் கொண்டாயானால் பீயுருட்டிப் பூச்சிகளைப் போன்று கடைசி வரையில் அதையே உருட்டிக் கொண்டு அலைய வேண்டியது தான். பீயுருட்டிகளுக்கு சாகும் வரையில் வாழ்வில் தேன் ருசி கிடைக்கப் போவதில்லை. எதையும் எதிர் கொண்டுதான் பாரேன். தவறாகவே இருந்தாலும் என்ன கெட்டுவிடப் போகிறது. தவறில் அனுபவம் அனுபவத்தில் ஞானம் ஞானத்தில் நிறைவு அவ்வளவு தானே.." என்றது மற்றொரு நாவு.

"ஆமாம் எல்லாவற்றையும் மீறிப் பார்ப்பதில் தானே தேன் வழிந்து கொண்டிருக்கிறது. இவன் பேச்சைக் கேட்காதே"

"இல்லை தலைக்குள் வழி வழியாக ஏற்றி விடப்படும் சப்புச் சவறுகளைக் கெட்டிப் பிடித்துக் கொண்டிருப்பதில் இருக்கிறது. அடையாளங்கள் அனைத்தையும் உதிர்த்து எறி, பச்சை மனிதனாய் வாழ்வை எதிர்கொள். பிறருக்கு ஊறு தருவிக்காத எந்த மீறலும் தவறில்லை. இவ்வுடலில் உயிர் இருக்கும் வரைதான் வாழ முடியும். புரிந்து கொள்"

"இவன் பேச்சைக் கேட்டு மாறிவிடாதே. குறைந்த பட்சம் உன் தந்தை சாகும் வரையிலாவது எதுவும் செய்யாதே"

"சரியாகச் சொல்லிவிட்டான். முதலில் உனக்குள் ஒழிந்திருக்கும் உன் தகப்பனைக் குருதி கொடு. அனைத்து துன்பத்திற்கும் மூலக் காரணமே..."

வண்டி ஓட்டிக் கொண்டிருந்தவன் *"SHUT...UP"* என்று வாய்விட்டுக் கத்தி இரு நாவையும் அடக்கினான்.

ஒரு நாள் வீட்டில் ரத்தக் கொதிப்பு பிலிப்பைனிக்கு பிரிவு உபச்சார பார்ட்டி நடத்தினர். அப்பார்ட்டியில் திருச்சிக்காரனின் கடையில் பொருட்களை துடைத்து எடுத்து வைப்பவனின் நீதிமன்ற தீர்ப்பைப் பற்றிய பேச்சு வந்தது. அவன் பெயர் கில்பர்ட். மந்த புத்திக்காரன். உள்ளூர்க் கருப்பன். அவனது கண்மணிகள் இரண்டும் எப்போதும் குலுக்கத்திலேயே இருக்கும்.

இந்த அரை லூசு ஒரு பெண்ணிடம் பழகிக் கொண்டிருந்தான். என் கேர்ள் ஃபிரெண்ட் என்று நெருக்கமானவர்களிடம் எல்லாம் காண்பித்தபடி இருப்பான். இதற்கிடையில் தன் தோழி கர்ப்பமாகி இருப்பதாகவும், குழந்தை பிறந்ததும் திருமணம் செய்யலாம் என்று திட்டமிட்டிருப்பதாகவும் கூறித் திரிந்தான். போதாத குறைக்கு குழந்தைக்கு அப்போதைய தகப்பன் என்கிற வகையில் லேபர் ரூமிற்குள் மருத்துவர்களுடன் நின்று பிரசவமும் எடுத்தான்.

குழந்தை பிறந்த பின்னர் தான் தெரியவந்தது. அது அவளுக்கு இவனறியாமல் இருந்த தொடுப்பின் வழி பிறந்த குழந்தையென்று. அவளோ இல்லவே இல்லை என்று சாதித்தாள். கடைசியில் நீதிமன்றத்தில் முறையிட்டு டி.என்.ஏ டெஸ்ட்டில் அக்குழந்தைக்கு தகப்பன் இவனில்லை என உறுதிப்படுத்தி இவன் அவளுக்கு அளித்துவந்த மாதாந்திர பொருளுதவி கட்டாயத்தில் இருந்து விடுவித்தது.

அவளைச் சொல்லியும் குற்றமில்லை. மாதமானால் சம்பாதிக்கும் பணம் எழுநூறு டாலர்களை அப்படியே அவளிடம் கொண்டு கொடுத்துவிடுவான். அவளுக்கு இவனை வைத்து நல்ல வேட்டையாக இருந்தது. போதாக்குறைக்கு அவனுக்கு சொத்து காரியங்கள் வேறு உண்டு. வாழ்க்கையில் இவனை வைத்து பச்சை பிடித்துக் கொள்ளலாம் என்று நினைத்திருப்பாள் போலும்.

இரண்டு ரவுண்ட் உள்ளே சென்றதும் தெரிந்தது தெரியாதது என்று எல்லாவற்றிற்கும் கருத்து சொல்லும் திருச்சிக்காரன் சலம்புவதற்கு தயாரானான். அவ்விஷயத்தில் அவனொரு

காமதேனு. எதிரில் இருப்பவர்கள் விரும்பினாலும் விரும்பாவிடினும் தன்னுடைய கருத்து விட்டைகளை சாணியைப் போன்று வெளித்தள்ளிக் கொண்டேயிருப்பான்.

பிடித்தவர்கள் எடுத்து வரட்டி தட்டி அடுப்பெரிக்கலாம், பிள்ளையார் பிடித்து பூசணிப் பூ குத்தலாம். சீ என்று மூக்கைப் பிடித்துக் கொண்டு விலகிச் செல்லலாம். அதைப் பற்றியெல்லாம் அவனுக்கு கவலையில்லை.

இதற்கு முன் அவனுதிர்த்த முத்துக்களில் சில.

“அறிவுக்கும், மனசுக்கும் சாமானத்துக்கும் தொடர்புங்கறதே கிடையாது மாப்ள மூணுமே சம்மந்தம் இல்லாமத்தான் வேலசெய்யும்”

“லவ்வுக்கும் ப்ரேக்கப்புக்கும் எப்பவுமே மனுஷன் பொறுப்பேத்துக்கக் கூடாது. இது எல்லாமே காமதேவனோட வெளையாட்டாம். அவங்கிட்ட அஞ்சு அஸ்திரம் இருக்குமாம். ஹர்ஷனானு ஒரு அம்பு பார்த்த ஒடனே ஆசப் பட வைக்க. ரோச்சனான்னு ஒன்னு நாம பார்த்தவங்கள நம்ம மேல ஆசப் பட வைக்க. அடுத்து மோஹனா மேட்டருக்குள்ள தள்ளி விட. அப்புறம் சோஷனா இரண்டு பேரும் முட்டிகிட்டு சாவ. கடைசியா மரணா அவுங்களுக்குள்ள இருந்த ஒறவுக்கு கருமாதி பண்ண”

இப்போது கில்பர்ட் கேஸைப் பற்றி வாய்த் திறந்தான்.

“இங்குள்ள பெண்களைப் பழகுவதில் இருக்கும் ஆபத்து என்னத் தெரியுமா. எவள் எவனுடன் தொடர்பில் இருக்கிறாள் என்றே தெரியாது. அவளுக்கு அவன் தீர்ந்திருக்கலாம். ஆனால், அவனுக்கு அவள் தீரவில்லை என்று வைத்துக் கொள். இட்ஸ பிக் ப்ராப்ளம் மேன்”

“அவன் புதிதாய் சேர்ந்த காதலனை போட்டுத் தள்ளிவிட்டு போய்க் கொண்டே இருப்பான். கடைசியில் செத்துப் போனவன் குழியில் கிடப்பான், அவனும் அவளும் அவன் சமாதியின் மீது...” இடது கையின் பெருவிரலையும் ஆட்காட்டி விரலையும் சேர்த்து வட்டம் செய்து வலது ஆட்காட்டி விரலை உள்ளே விட்டு மிச்சத்தை செய்கை மொழியில் செய்து காட்டினான்.

“சரி, விட்டுத் தொலையலாம் என்றால் பெண் சென்று

வழக்கு தொடுத்தால் மறு பேச்சின்றி உள்ளே தூக்கிப் போட்டு விடுவார்கள். ஒருவனைப் பழிவாங்க, குதூகலிக்கச் செய்ய, நன்றிக் கடன் காட்ட, துரோகம் செய்ய இந்நாட்டில் கால்களுக்கு நடுவே பூச்சி மட்டும் இருந்தால் போதும்" பூச்சி ஆராய்ச்சியில் பி.எச்.டி முடித்தவனைப் போன்று தீர்க்கமாக இருந்தது அவன் உரை.

இந்தியர்கள் நம்மைக் காட்டிலும் விவரமிக்கவர்கள் என்கிற எண்ணம் கொண்ட இக்கருப்பினப் பாட்டாளிகளின் தோளில் சவாரி செய்ய சொற்பக் கூலிக்கு அழைத்து வரப் பட்டிருக்கும் இவனே ஒரு மாடர்ன் அடிமை. ஒரு அடிமைக்கு தனக்குக் கீழே ஒரு அடிமை அமைவதில் இருக்கும் குதூகலமே தனி தானே, இந்த லட்சணத்தில் வாய்க்கு மட்டும் ஒரு குறைச்சல் இல்லை என்று அங்கிருந்து எழுந்து சென்றான் சந்தன்.

தெரிபா அழைத்த பார்ட்டிக்குப் போகாதது மட்டுமல்லாது அவளின் அழைப்பையும் நிராகரிக்கத் தொடங்கினான் சந்தன். அவளோ கொஞ்சம் சுயமரியாதை கூடியவள். அது ஒன்று போதுமே கழற்றி விட. அதைச் சீண்டி விட்டாலே போதும். இவன் ஒரு அடி பின் நகர்ந்தால் கண் வெட்டத்தில் கூட நிற்க மாட்டாள் தெரிபா.

செயின்ட் லூயிஸ் கிளைக்குச் செல்ல விமான நிலையத்தில் அமர்ந்திருந்த போது அவளிடமிருந்து ஒரு குறுஞ்செய்தி.

"சந்தன், யூ டோன்ட் டிஸர்வ் ரியல் வுமன்.. யு டிஸர்வ் ஹோர்ஸ். ஐயம் டன் வித் யு. குட் பை"

அன்றோடு அவ்வுறவு மங்களமாக நிறைவுற்றது.

8

Es evidente que pasamo' por lo mismo / It's evident that we went through the same

Pero nadie ha muerto' por amor / But no one has ever died for love

Esta noche ven, refúgiate en mis brazos / Come tonight, take refuge in my arms

Desquítate con rabia pasional / Take it out with passionate rage
No es casual que nos hayamos encontra'o / It is no coincidence that we have found each other

செயின்ட் லூயிஸ் தீவில் இரண்டு வருடங்கள் தீவிரமாக உழைத்து பெயர் சொன்னாலே யாவரும் அறியும் வண்ணம் புதிய கிளையை பிரபலப் படுத்திவிட்டு வெக்கேஷன் எடுத்து ஊருக்கு செல்லப் புறப்பட்டான். போகும் வழியில் பழைய அறைக்குச் சென்று நண்பர்களைப் பார்த்துவிட்டு உறவுக் காரர்களுக்கு பரிசுப் பொருட்களையும் வாங்கிச் செல்ல திட்டமிட்டிருந்தான் சந்தன். திங்கள் கிழமை பிரின்ஸ் ஜூலியானா விமான நிலையத்தில் இருந்து ஏர் பிரான்ஸில் பாரீஸிற்கு ஒன்பது மணி நேரப் பயணம். அங்கிருந்து ஒன்பது மணி நேரம் பெங்களூரு. பெங்களூருக்கு நள்ளிரவில் வந்து சேர்ந்தால் விடியற்காலையில் ஏர் இந்தியா மூலம் திருவனந்தபுரம்.

"பதினோரு மணிக்கெல்லாம் வந்துவிடுவேன்" என்று ஊரில் இருக்கும் நண்பனுக்கு செய்தி அனுப்பியிருந்தான்.

திருவனந்தபுரத்தில் இருந்து கன்னியாகுமரிக்கு முன்பெல்லாம் மூன்று மணி நேரம் பிடிக்கும். இப்போது பாதையை விரிவுபடுத்திவிட்டதால் சீக்கிரமாகவே சென்று விடலாம் என்று நண்பன் கூறியிருந்தான். எது எப்படியாகிலும் விமானத்திலும், விமான நிலையத்திலுமாக முழுசாக இரண்டு நாட்களில் மூலம் பழுப்பது உறுதி.

ஞாயிறு காலையில் சிண்ட் மார்ட்டின் வந்து இறங்கியவனை விமான நிலையத்தில் இருந்து பிக் அப் செய்த திருச்சிக்காரன் அறையில் எடுக்க வேண்டியதை எல்லாம் பேக் செய்து விட்டு ஓய்வெடுக்கும் படி கூறினான். சாயுங்காலம் ஒரு ஐரிஸ் பார்ட்டி இருப்பதாகவும், நண்பர்களுடன் செல்லலாம் என்றும் கூறினான்.

அந்த ஐரிஸ்காரருக்கு எழுபது வயது இருக்கும். ஒல்லியாக நெடு நெடுவென இருப்பார். தலையில் ஒரு முடி பாக்கியில்லாமல் நரைத்திருக்கும். ஜார்டன் வில்லேஜ் பகுதியில் வெகுகாலமாக பாருடன் கூடிய உணவு விடுதி ஒன்றை நடத்தி வருகிறார். ஃபேபட் டோனி. நல்ல பிரபலமான கடையும் கூட. கடுஞ்சூறாவளி 'இர்மா' வந்து ஊரையே சூறையாடி பெரும்

பணக்காரர்களே பிழைக்கச் சிங்கி அடித்துக் கொண்டிருந்தபோது இவர் கடையில் மட்டும் வியாபாரம் பிய்த்துக் கொண்டு ஓடியது. நிவாரணப் பணிக்காக வந்த டச்சு ராணுவத்திற்கு அவர் கடையில் இருந்து தான் மூன்று வேளையும் உணவு சென்றது. கிழவர் அதிலேயே பெருந்தொகையை அள்ளிவிட்டார். *Lucky Bastard.*

சந்தன் சிண்ட் மார்டினில் இருந்த நாள்களில் நாலைந்து முறை இக்கடைக்கு வந்திருக்கிறான். கல் அடுப்பில் போட்டுத் தரும் மெல்லிய பிஸாவும், ஞாயிறு அன்று விற்கும் ஐம்பது சென்ட்ஸ் சிக்கன் விங்ஸும் மிகப் பிரபலம். அது மட்டுமல்ல, கடை இருப்பது மருத்துவக் கல்லூரியின் அருகாமையில். இளம் பெண்களின் கூட்டம் அலை மோதும். அவர்களை சைட் அடித்தபடி பீர் குடிப்பதில் ஒரு அலாதி இன்பம். முன்பெல்லாம் கிழவரின் தகப்பனாரும் அங்கு வந்து இருப்பார். மடித்து நிறுத்தியிருக்கும் tab-ல் சீட்டு விளையாடிக் கொண்டு, பீர் குடித்தபடி இருப்பார். ஆறு மாதங்களுக்கு முன்னர் தொன்னூற்று ஒன்பதில் இறந்து போனார்.

கிழவருக்கு கடையை நடத்த முடியவில்லையாம். மகன் அமெரிக்காவில் நல்ல நிலையில் இருக்கிறான். ஓய்வெடுக்கலாம் என்று இருக்கிறேன் என்று சொல்லிக் கொண்டிருக்கிறார். திருச்சிக் காரனுடன் கிழவருக்கு நல்ல பழக்கம். மாதா மாதம் கிழவருக்கான பங்கை அனுப்பிவிட்டு கடையை நடத்தும் வாய்ப்பு தனக்குக் கிடைக்காதா என்று சந்தர்ப்பம் கிடைக்கும் போதெல்லாம் பேசி ஆழம் பார்த்துக் கொண்டிருக்கிறான். நடந்த மாதிரிதான் என்று நினைத்துக் கொண்டான் சந்தன்.

மார்ச் 17, புனித பாட்டரிக் தினம். ஐரிஷ் நாட்டு சத்திய கிருஸ்த்தியானிகளின் வாழ்வில் முக்கியமான நாள். ஆட்டம், பாட்டம் விருந்து என்று வெளுத்துக் கட்டுவார்கள்.

அன்று நிறைய ஐரிஸ் காரர்கள் வந்திருந்தனர். அனைவரும் ஒரே நிறத்தில் உடை அணிந்திருந்தனர். முன்பக்கம் தலையில் கருப்புத் தொப்பியும் வெண்தாடியுமாக கையில் பீர் கோப்பை வைத்திருக்கும் கிழவரின் உருவம் பதித்த பச்சை நிற டீ ஷர்ட். கடையில் தொங்கிக் கொண்டிருந்த அலங்காரப் பொருட்கள் அனைத்தும் பச்சை நிறத்தில் இருந்தன. சந்தனும் திருச்சிக்காரனும்

சென்ற போது பெரும்பாலும் வயதானவர்களே நிறைந்திருந்தனர். பெண்கள் கழுத்தில் பச்சை நிறத்தில் நீண்ட முத்து மாலை அணிந்திருந்தனர். தலையில் வைத்திருந்த ஹேர் பேண்ட் முதற்கொண்டு அனைத்தும் பச்சை நிறம். ஒரே ஒரு அழகான இளம்பெண் மட்டும் கிழவருடன் ஓடியாடி வேலை செய்து கொண்டிருந்தாள். கிழவருடைய மகனின் செலெக்ஷன். பேரழகி.

திருச்சிக்காரன் கிழவருக்கு ஒத்தாசை செய்து கொண்டிருக்க, சந்தன் ஒரு கின்னிஸை எடுத்துக் கொண்டு ஒதுங்கி இருந்தான். கிழவரின் அழகிய மருமகளும் அவர் ஏற்பாடு செய்து வைத்திருந்த இசை நிகழ்ச்சியும் மட்டுமே சந்தனுக்கு அப்போதைக்கு இருந்த ஒரே ஆறுதல்.

இருட்டத் தொடங்கியதும் நிறைய கூட்டம் சேர்ந்தது. கூட்டத்தில் கில்பெர்ட்டும் வந்திருந்தான். கிழிந்து போன வாயுடன். அதற்குள் ஆறேழு கின்னிஸ் காலி செய்திருந்தான் சந்தன். சிறிது நேரம் கழிய திருச்சிக்காரனும் அருகில் வந்தமர்ந்து சந்தனுடன் ஜோதியில் ஐக்கியமானான். அவன் குடிப்பதில் சந்தனுக்கு அண்ணன். ஹெய்னிக்கேன் பீரில் கின்னிஸை கலந்து பிளாக் டேனாக அருந்திக் கொண்டிருந்தான்.

திருச்சிக்காரன் கில்பர்ட்டிடம் “என்னவாயிற்று? எல்லாம் ஓகே வா?” என்று கேட்க. கில்பர்ட் வாயின் கிழிந்த ஓரத்தில் ஒட்டப்பட்டிருந்த பிளாஸ்திரியின் மீதோடு ஒழுகிய பீரை துடைத்துவிட்டுப் பேசலானான்

“நேற்று பாரில் ஒரு பெண்ணை சந்தித்தேன். ட்ரிங் வாங்கிக் கொடுத்தேன். இருவர் மட்டும் தனியே இருந்தமையால் பேச்சு கொடுத்துக் கொண்டிருந்தேன். திடீரென ஒருவன் கதவைத் தள்ளிக் கொண்டுவந்தான். அவள் என்னுடைய பெண். நீ எப்படி அவளுடன் பேசலாம் என்று கேட்டு என்னைப் பிடித்துத் தள்ள, நான் பதில் பேச. கைத்தகராறில் வாயில் அடிபட்டுவிட்டது.”

கில்பர்ட்டின் நாடியில் கைவைத்துத் தூக்கி கீழ்த்தாடையை சரித்துப் பார்த்த திருச்சிக்காரன் “வைத்து கிழித்திருக்கிறானே?” என்றான் சந்தனை நோக்கி.

“அப்படி என்ன சொன்னாய்?” என்று கேட்டான் சந்தன்.

திருச்சிக்காரனின் கையை விலக்கியபடி, *"No woman is owned by one man. Every woman is for everybody. Everybody is for everybody. Don't be greedy maan"* என்றான்.

திருச்சிக்காரன் "நியாயம் தானே" என்று சந்தனை நோக்கிக் கண்ணடித்தான். கில்பர்ட் அவ்வாறு கேட்டதும் அவன் வாயில் எப்படி பொங்கு பொங்கு என்று குத்து விழுந்திருக்கும் என்று ஒரு கணம் தன் மனத்திரையில் ஓட்டிப் பார்த்தான் சந்தன்.

ஐம்பது வயது மதிக்கத்தக்க ஒரு கறுப்பர் தான் நிகழ்ச்சியின் துவக்கத்தில் பாடிக் கொண்டிருந்தார். பார்ப்பதற்கு ரே சார்லஸ் போலவே இருந்தார். குரல் கூட அப்படியே தான் இருந்தது. சில மணிநேரம் கழித்து மூக்கின் நடுவில் புல்லாக்கு அணிந்த ஒரு இளம்பெண் வந்தாள். நல்ல செழுமையான தேகம் அவளுக்கு. அவர்கள் இருவரும் மாற்றி மாற்றி பாடிக் கொண்டிருந்தனர்.

திடீரென ஃபேட் டோனி கிழவர் கையில் ஹார்மானிக்காவுடன் மைக்கின் முன் வந்தார். மூன்று நிமிடங்களுக்கு அருமையான இசை. என் தகப்பனாருக்குப் பிடித்த பாடல் என்றபடி வானத்தை அண்ணாந்து பார்த்து சேர்த்து நீட்டிய ஆள்காட்டி நடுவிரல்களின் நுனியில் முத்தம் கொடுத்து வானிற்குக் காண்பித்தான். அனைவரும் கை தட்டிப் பாராட்டினர்.

"இந்த வயதிலும் கிழவரால் தம்கட்டி இசைக்க முடிகிறதே" என்றான் சந்தன் புகைத்தபடி.

"அவனுகளுக்கு மனசுலையும் சுமையில்ல, குஞ்சிலையும் சுமையில்ல. அதுனாலயே உடம்புல நோயில்ல. நம்மள மாதிரி கடைசி வர ஏக்கத்தையும், துக்கத்தையும் சொமந்துட்டு திரிஞ்சிருந்தா கிழவன எப்பவோ பாடையில ஏத்திருப்பாங்க" என்றான் திருச்சிக்காரன்.

அருகில் ஆறு ஆறரையடி உயரத்தில் முகத்தை மழுங்கச் சிரைத்திருந்த கருப்பன் ஒருவன் எதைப் பற்றியும் சட்டை செய்யாமல் வெளியே பார்த்த வண்ணம் குடித்துக் கொண்டிருந்தான். டபிள்யு டபிள்யு எஃப்பில் வரும் ராக்கைப் போன்ற கட்டு மஸ்தான தேகம். வெளிர் சாம்பல் நிறத்தில் காட்டன் பாண்டும் வெண்நிறத்தில் கியூபன் காலர் கொண்ட சில்க் சட்டையும் அணிந்திருந்தான்.

பாடிக்கொண்டிருந்த பெண்ணிடம் எழுந்து சென்று *El Pañuelo* பாடலைப் பாடும் படி வேண்டினான். அவளும் அட்டகாசமாகப் பாடினாள். ரொஸலீயா அளவிற்கு இல்லை எனினும் நல்ல முயற்சி.

அவளோடு சேர்ந்து பாடலின் வரிகளை எழுந்து நின்று உரக்கப் பாடினான் சந்தன். மறந்து விட்டதாக நினைத்திருந்த தெரிபா திடீரென காதில் விழுந்த இசையில் உயிர்பெற்று எழுந்து மனத்திரையில் சலனமுற அவனையும் அறியாமல் விரல்கள் இடது கழுத்தின் கீழே மறைந்து போன சிவப்புத் தடத்தை தேடின. கையில் இருந்த குவளையை ஒரே மூச்சில் முடித்தான். போதை பின்மண்டையில் ஏறிக் கொண்டது.

ஒரு இந்தியன் இவ்வளவு ஸ்பஷ்டமாக ஸ்பானிஷ் பாடலைப் பாடுவது அம் முரட்டுக் கருப்பனுக்கு ஆச்சர்யம் அளித்தது. சந்தன் பக்கம் திரும்பி புன்னகைத்தான்.

பாதி திறந்த இமைகளுடன் "வொண்டர்புல் ஸாங்... தாங்க்ஸ் ப்ரோ" என்றான் சந்தன்.

"என் கேர்ள் ஃப்ரண்ட்டிற்கு விருப்பமான பாடல். இன்று அவளுக்குப் பிறந்தநாள்."

"நைஸ்"

"சந்தன்" என்று கை நீட்டினான். "வில்மன்" பற்றிக் கை குலுக்கினான்.

"உங்கள் கேர்ள் ஃப்ரண்டின் பெயரென்ன?" என்றபடி பீர்க் குவளையை கையில் எடுத்தான்.

"தெரிபா"

சிரித்தான். "நல்ல பெயர்"

"தெரிபாவிற்காக" என்று சந்தன் தன் குவளையை நீட்ட, குவளைகளின் விளிம்புகள் மெலிதாக முட்டிக் கொண்டன.

"சியர்ஸ்"

இருவரும் ஒருசேரச் சொல்லிக்கொண்டு அடுத்த பாடலை ரசிக்கத் தொடங்கினர்.

■